ரத்தக்காட்டேரி

(DRACULA)

பிராம் ஸ்டோக்கர்

தமிழில் : ஜெகாதா

சத்யா

Title:
Rathakateri (DRACULA)
Jakatha

ISBN: 978-93-92474-76-7
Title Code : Sathyaa - 069

நூல் தலைப்பு
ரத்தக்காட்டேரி (டிராகுலா)

நூல் ஆசிரியர்
ஜெகாதா

முதற்பதிப்பு
மே 2024

விலை : ₹ 150

பக்கம் : 114

Printed in India

Published by

Sathyaa Enterprises
No.137, First Floor,
Choolaimedu,
Chennai - 600 094.
044 - 4507 4203
Email
sathyaabooks@gmail.com

1

இதுவரை தான் வாசித்த எந்த ஒரு புத்தகத்திலாகட்டும் வரைபடங்களிலாகட்டும் நிலப்பகுதி பற்றிய செய்திகளிலாகட்டும் 'டிராகுலா கோட்டை' என்பதைப் பற்றி ஜோனாதன் ஹார்க்கர் எந்த ஒரு தகவலையும் அறிந்திருக்கவில்லை.

டிராகுலா பிரபு எழுதியிருந்த கடிதத்தில் அவர் குறிப்பிட்டிருந்த பிஸ்ட்ரீடங் நகரத்தின் பெயர் மட்டும் எப்போதோ கேள்விப்பட்டதாக இருந்தது.

கார்பேத்தியன் மலைப்பகுதி என்பது அந்த நாட்டின் ஒட்டு மொத்த மூடநம்பிக்கையின் இருப்பிடமாகத் திகழ்வதை தன்னுடன் பயணம் செய்பவர்கள் கூறியதிலிருந்து புரிந்து கொள்ள முடிந்தது.

ஜோனாதனுக்கு மட்டும் தான் தூக்கம் வரவில்லை. ஆனால் அந்த லாட்ஜிலுள்ள எல்லோரும் ஆழ்ந்த உறக்கத்தில் மூழ்கி இருந்தனர்.

தொடர்ந்து இடைவெளியில்லாது இரவு முழுவதும் ஊளையிட்டுக் கொண்டிருந்த நாய் அவரது நிம்மதியையும், உறக்கத்தையும் துரத்தி விட்டது.

விடியும்போது தான் கண்ணயர்ந்தது போலிருந்தது. யாரோ தட்டி எழுப்பினார். காலைக் கடமையை முடித்துவிட்டு சிற்றுண்டியைச் சாப்பிட்டு விட்டு திரும்பவும் பயணத்தை தொடர்வதற்கு ரயில் நிலையம் சென்றார்.

இயற்கை கொஞ்சும் பசுமையான நிலப்பகுதி நடுவே பகல் நேரத்து ரயில் பயணம் சென்று கொண்டிருந்த அழகிய நதிகளையும், ஆறுகளையும், மலைப்பகுதிகளையும் புகைவண்டியானது விரைந்து கடந்து கொண்டிருந்தது.

விதவிதமான மனிதர்கள். தடித்த சாக்கு மாதிரியான முரட்டுத்துணி உடைகளணிந்தவர்கள் பெரிய தொப்பிகளணிந்த மனிதர்கள் எல்லோரையும் பார்க்க ஜோனாதனுக்கு வித்தியாசமாக இருந்தது.

சூரியன் அடிவானத்தில் போய் சிவந்து காணப்பட்டபோது புகை வண்டி பிஸ்ட்ரிடஸ் நகரை அடைந்தது.

ஜோனாதன் ரயில் நிலையத்தை விட்டு வெளியே வந்து சுற்றிலும் பார்த்தார். தான் நின்று கொண்டிருக்கும் இடத்தைப் பற்றி நினைத்த போது உடல் முழுவதும் இனம் புரியாது நடுங்கியது.

இந்த இடம் புக்கோ வினாவுக்கு செல்லும் போர் சேன கனவாளன் எல்லைப்பகுதி. இங்குதான் கடந்த ஐம்பது வருடங்களுக்கு மேலாக நான்கைந்து முறை மிக பயங்கரமான சம்பவங்கள் நடந்திருக்கின்றன.

மூன்று வார காலத்திற்கும் மேலாக பதினேழாம் நூற்றாண்டு துவக்கத்தில் நீடித்த பயங்கரமான ஒரு போரில் பதின் மூவாயிரத்துக்கும் மேற்பட்டவர்கள் ரத்தக்களறியாக கொல்லப்பட்டது இங்கு தான்.

டிராகுலா பிரபு கடிதத்தில் கூறியிருந்த அறிவுரையின்படி ஜோனாதன் அங்கிருந்து 'கோல்டன் கிரவுன்' ஹோட்டலுக்கு செல்ல விரும்பினார்.

ரொம்பவும் புராதனமான கட்டிடமாக அந்த ஹோட்டல் இருப்பதைப் பார்த்துவிட்டு அவருக்கு சந்தோஷமாக இருந்தது. அந்த வாசலில் நின்று கொண்டிருந்தவர்களைப் பார்த்துவிட்டு ஒருவேளை

அவர்கள் தனக்காக எதிர்பார்த்து காத்துக் கொண்டிருக்கிறார்களோ என்று நினைத்தார்.

அவர்கள் அணிந்திருந்த உடையைப் பார்த்தபோது விவசாயிகளைப் போலத் தோன்றியது. அப்போது அங்கிருந்த வயதான மாது ஒருவர் 'நீங்கதானே நாங்கள் எதிர்பார்த்துக் கொண்டிருக்கிற ஆங்கிலேயர்தான் என்று நினைக்கிறோம் சரிதானே?' என்றார்.

மெலிதான புன்னகையுடன் 'ஆம் நீங்கள் நினைத்தது சரிதான் நான் தான் ஜோனாதன் ஹார்க்கர்' என்று கூறினார்.

அப்போது அந்த வயதான பெண்மணி அங்கிருந்த ஒருவரைப் பார்க்கவும் அந்த மனிதர் உடனே அங்கிருந்து சென்று ஒரு கடிதத்துடன் வந்தார்.

டிராகுலா பிரபு கொடுக்கச் சொன்னதாக அந்த கடிதத்தைக் கொடுத்தார்.

ஜோனாதனும் அதனைப் பிரித்து வாசித்தார்.

"அன்புள்ள சிநேகிதருக்கு....

உங்களது வருகை கார் பத்தியன் மலைப்பகுதிக்கு நல்வரவாகுக. உங்களது வரவை நான் மிகவும் ஆவலுடன் எதிர்பார்க்கிறேன். தாங்கள் இன்றைக்கு ராத்திரிப் பொழுதுக்கு அங்கேயே ஓய்வு எடுத்துக் கொள்ளுங்கள்.

அந்த இடத்திலிருந்து பொக்கோ வினவுக்கு செல்லும் குதிரை வண்டி நாளைக்கு பகல் நேரத்தில் மூன்று மணிக்கு புறப்படும். அந்த வண்டியில் உங்களுக்கு முன்னதாகவே பதிவு செய்துள்ளேன். என்னுடைய குதிரை வண்டி போர்கோ கனவாய் அருகில் காத்துக் கொண்டிருக்கும். அந்த குதிரை வண்டி உங்களை என்னுடைய கோட்டைக்கு கொண்டுவந்து சேர்த்துவிடும்."

உங்களின் சிநேகிதன்
டிராகுலர்

ஜோனாதனை அந்த மனிதர் அதன்பின் அவருக்கு ஒதுக்கப்
பட்ட அறைக்கு அழைத்துச் சென்று படுக்கச் செய்தார். பயணக்
களைப்பு காரணமாக ஜோனாதனும் படுத்தவுடனே தூங்கி
விட்டார்.

அடர்ந்த மரக்கூட்டங்களுக்கு மேல்புறத்தில் சிவப்பு சூரியன்
வெளிப்பட்டபோது ஜோனாதன் விழித்துக் கொண்டார்.

அந்த ஹோட்டல் பணியாளர்கள் பரபரப்புடன் அவரைக்
கவனித்துக் கொண்ட பாங்கு, ஒருவேளை டிராகுலா பிரபுவின்
அறிவுரைப்படி இருக்குமோ என்று நினைக்கத் தோன்றியது.

அந்த மலைப்பகுதியைப் பற்றி அங்கிருந்த யாரிடம் விசாரித்தாலும்
எந்த பதிலும் அவரால் பெறமுடியவில்லை. அவர்கள் எதுவுமே
தெரியாதது போல நடித்தது புரிந்தது.

மேலும் அவர் பேசிய ஜெர்மன் மொழி தெரியவில்லை என்றும்
அவர்கள் கூறினர். ஆனால் ஜோனாதன் ஜெர்மானிய மொழியில்
இதுவரை கேட்ட பல கேள்விகளுக்கு அவர்கள் பதில் கூறியிருப்பதி
லிருந்தே அவர்கள் நடிக்கிறார்கள் என்று தெரிந்து கொண்டார்.

ஜோனாதன் கேள்வி கேட்ட போதெல்லாம் தங்களுக்குள் அவர்கள்
கைகளை அசைத்து பரிபானவியாக பேசிக் கொண்டனர்.

அதற்கு மேல் அந்த வயதான பெண்மணியிடம் டிராகுலா
பிரபுவைப் பற்றி எது கேட்டாலும் அல்லது அவரது அரண்மனை
யைப் பற்றிக் கேட்டாலும் படக்கென்று தனது நடுங்கும் கைகளை
உயர்த்தி சிலுவை அடையாளம் செய்வதை வழக்கமாகக் கொண்
டாள்.

அவர்கள் எல்லோருக்குமே டிராகுலா பிரபுவைப் பற்றி பேசுவதற்கு
தயக்கமாக இருப்பது தெரிந்தது.

ஆனால் இன்னும் சிறிது நேரத்தில் பயணத்தை தொடர வேண்டி
இருந்ததால் வேறு யாரிடமாவது இதனைப் பற்றி பேசுவதற்கு
அவரால் முடியவில்லை. ஒன்று மட்டும் நிச்சயமாக தெரிந்தது அந்த
ஹோட்டல் பணியாளர்கள் அனைவருக்குள்ளும் ஒருவிதமான
பயமும் நடுக்கமும் இருப்பதை அவர்களது பேச்சிலிருந்தே தெரிந்து

கொண்ட ஜோனாதனுக்கு மனம் சதா கலவரப்பட்டுக் கொண்டிருந்தது.

அவர் புறப்படும் நேரத்தில் அந்த வயதான பெண்மணி ஓடி வந்து 'தம்பி நீங்கள் இன்றைக்கே அவசியம் பயணம் செய்ய வேண்டுமா.... பயணத்தை தவிர்க்க முடியாதா?' என்று கேட்டார்.

அந்தப் பெண்மணியின் குரலில் ஒருவிதமான பதட்டமும் பயமும் மையம் கொண்டிருந்தது.

"அங்கே செல்வதற்காகத்தான் நான் புறப்பட்டு வந்திருக்கிறேன். மிகவும் முக்கியமான வேலையாகத்தான் நான் வந்திக்கிறேன். அப்படி இருக்கும் போது நான் இன்றைக்கே புறப்படுவதை தவிர்க்க முடியாது" என்றார் அவர்.

"இன்றைய நாள் எப்படிப்பட்ட நாள் என்பது உங்களுக்குத் தெரியுமா?"

"தெரியுமே. நான்காம் நாள்."

"அது சரி, இன்றைக்கு என்ன முக்கியமான தேதி என்பது தெரியுமா உங்களுக்கு?"

ஜோனாதன் ஒன்றும் தெரியதவராய் தலையசைத்த போது 'இன்றைக்கு செயிண்ட் ஜார்ஜ் தினம். இன்றைக்கு நள்ளிரவில் இந்த உலகத்திலுள்ள துஷ்ட ஆவிகள் அனைத்தும் தூக்கத்திலிருந்து விழித்து எழுந்து வரும் நாள். நீங்கள் இன்று பயணம் செய்வதால் என்ன நடக்குமென்று உங்களுக்குத் தெரிய வில்லை" என்றார் அந்த வயதான பெண்மணி.

படபடப்புடன் அவ்வாறு கூறிக்கொண்டிருக்கும் அந்த வயதான பெண்மணியை சமாதானப்படுத்துவது எப்படி என்று ஜோனா தனுக்கு புரியவில்லை.

தன்னுடைய பயணம் பற்றிய முடிவில் எந்த மாற்றமும் இல்லை என்பதை அந்தப் பெண்மணி புரிந்து கொண்ட பிறகு, வழிந்தோடிய கண்ணீரைத் துடைத்துக் கொண்டாள்.

தன்னுடைய கழுத்தில் தொங்கிக் கொண்டிருந்த சிலுவை போட்ட ஜெபமாலையை கழற்றி ஜோனாதனின் கழுத்தில் போட்டாள்.

வேறு வழியின்றி அதன் பிறகு எதுவுமே பேசாமல் அந்தப் பெண்மணி அந்த அறையிலிருந்து வெளியே சென்று விட்டாள்.

பலதரப்பட்ட ஆவிக்கதைகளும் மக்களின் மூட நம்பிக்கைகளும் அந்த வயதான பெண்மணி படபடப்போடு கூறிய எச்சரிக்கை தகவலும் சுழன்று சுழன்று ஜோனாதனுக்குள் ஒரு மன அழுத்தத்தை ஏற்படுத்தியது.

தூரத்தில் ஒரு குதிரை வண்டியின் சத்தம் சன்னமாகக் கேட்டது. தன்னை அழைத்துக் கொண்டு செல்வதற்கான சாரட் வண்டிதான் என்பது தெரிந்தது. சிறிது நேரத்திற்கெல்லாம் அந்த வண்டி அவர் தங்கியிருந்த ஹோட்டல் வாசலில் வந்து நின்றது.

அந்த சாரட் வண்டியில் ஜோனாதன் ஏறி அமர்ந்தபோது, அந்த வண்டிக்குள் இன்னும் சிலரும் அமர்ந்திருப்பது தெரிந்தது.

சாரட் வண்டிக்காரர் ஹோட்டல் உரிமையாளரிடம் எதைப் பற்றியோ பேசிக்கொண்டிருந்தார். வண்டியில் இருப்பவர்களும் அடிக்கடி ஜோனாதனை திரும்பிப் பார்த்து தங்களுக்குள் ஏதோதோ பேசிக்கொண்டனர்.

'மனித ஓநாய், சைத்தான், மந்திரவாதி' என்று யாரைப் பற்றியோ அவர்கள் பேசிக்கொண்டிருப்பதை புரிந்து கொள்ள முடிந்தது.

அதனைப் பற்றிய முழு விபரத்தையும் டிராகுலா கோட்டையை அடைந்த பிறகு கேட்டுத் தெரிந்து கொள்ளலாம் என்று ஜோனா தனும் தன்னைக் கட்டுப்படுத்திக் கொண்டார்.

அதன் பின்பு அந்த வண்டி புறப்பட்ட போது, சுற்றிலும் நின்று ஏராள மானவர்கள் ஆச்சரியத்துடன் அவரையை பார்த்துக் கொண்டிருந் தனர்.

தங்களது வலது கையின் இரண்டுவிரல்களை ஜோனாதனை நோக்கி விசித்திரமாக சுட்டிக் காட்டியபோது எல்லோரும் சிலுவையிட்டுக் கொண்டது வேடிக்கையாக இருந்தது.

அவர்கள் அவ்வாறு விரலைச் சுட்டிக் காட்டியதற்கு என்ன அர்த்தம் என்று தன்னுடன் பயணம் செய்தவர்களிடம் ஜோனாதன் விசாரித்தபோது அந்நிய தேசத்துக்காரரான ஜோனாதனுக்கு எந்த ஒரு துஷ்ட தேவதையின் பார்வைபட்டு விடாமல் இருப்பதற்காக அம்மாதிரி அவர்கள் செய்தார்கள் என்று கூறினார்கள்.

அப்படி அவர்கள் கூறியபோது அவருக்குள் ஏனோ ஒரு இனம் புரியாத கலக்கம் ஏற்பட்டது. ஆயினும் முன்பின் தெரியாத அந்த மனிதர்களின் கரிசனம் நெஞ்சை வருடுவதாக இருந்தது.

தனக்காக சிலுவை போட்டுக் கொண்ட அந்த மக்களையும் அவர்களுக்கு பின்னால் அடர்ந்து வளர்ந்திருந்த மரம் செடி கொடிகளை அவ்வளவு சீக்கிரமாக அவரால் மறக்க முடியவில்லை.

நீண்ட நேரம் வரை அவர்கள் கண்ணிலிருந்து மறையும் வரை அவர் பார்த்துக் கொண்டிருந்த போது நான்கு குதிரை பூட்டிய சாரட் வண்டி காற்றை விட வேகமாக பாய்ந்து சென்று கொண்டிருந்தது.

மனதுக்குள் நடுங்கிக் கொண்டிருந்த ஜோனாதனுக்கு செல்லும் பாதை நெடுகிலும் கண்ணுக்கு புலப்பட்ட இயற்கை காட்சிகள் சற்று நிம்மதியைத் தந்தது.

அந்த மலையடிவாரப் பகுதியின் இரண்டு பக்கங்களிலும் ஆப்பிள் லைன் மரங்களும் விவசாயிகளின் குடிசைகளும் தென்பட்டன. அந்த சாரட் வண்டி குண்டும் குழியுமான பாதைகளில் படுவேகத்தில் பாய்ந்து சென்று கொண்டிருந்தது.

ஜோனாதனுக்கு அந்த வேகத்தின் காரணம் ஏன் என்பது புரியவில்லை. மேலும் இந்தப் பாதையில் கோடை காலத்தில் பயணம் செய்தால்தான் நன்றாக இருக்கும் என்றும் தற்போதுள்ள பனிக்காலத்திற்கு இந்த பயணம் ஏற்றதல்ல என்றும் வண்டி ஓட்டி கூறினார்.

வெள்ளி நூல்கள் மலையிலிருந்து கீழே இறங்குவது போல் சிறிய சிறிய ஓடைகள் மலைமேலிருந்து வழிந்தோடுவது தூரத்திலிருந்து பார்ப்பது ரம்மியமாக இருந்தது. ஜோனாதன் ஓக் மரக்கிளைகளில் தொங்கும் பனி முத்துக்களை பார்த்துக் கொண்டே வந்தபோது சாரட் வண்டி மேல் நோக்கி ஏறத் தொடங்கியிருந்தது.

பைன் மரங்களிடையே படர்ந்து கொண்டிருந்த இருளும் மரத்தின் கரிய நிழலும் நெஞ்சுக்குள் ஒருவித பயப் பிராந்தியை ஏற்படுத்தியது.

செங்குத்து மலைப்பகுதி மீது வண்டி ஓட்டுவது மிகவும் சிரமமாக இருந்தது. முன்னால் இருந்த வேகத்தினை சாரட் வண்டியில் இப்போது காணமுடியவில்லை.

சிரமப்பட்டு அப்படி ஏறி அமர்ந்து வண்டி ஓட்டுவதைக் காட்டிலும் பயணிகள் எல்லோரும் கீழே இறங்கி நடந்தால் குதிரைகள் வண்டியை இழுத்துக் கொண்டு மெதுவாக நடக்க வசதியாக இருக்குமே என்று யோசனை சொன்னார் ஜோனாதன். ஆனால் வண்டிக்காரர் அதனை ஏற்கவில்லை.

“புரியாமல் பேசாதீர்கள். யாரும் கீழே இறங்கி நடக்க வேண்டாம் அது பெரிய ஆபத்தாய் முடியும். இங்கே இருக்கிற ஓநாய்கள் பாய்ந்து எல்லோரையும் கடித்துக் குதறிவிடும்.'' என்று கூறிய வண்டிக்காரர், மிரண்டு போன விழிகளை உருட்டியபடி ‘இன்றைக்கு ராத்திரி தூங்கப் போவதற்கு முன்னால் உங்களுக்கு நான் சொன்னது புரியும்’ என்று மேலும் பயமுறுத்தினார்.

நேரம் ஆக ஆக செல்லும் பாதையெங்கும் இருள் பரவத் தொடங்கி யது. அவ்வப்போது விளக்கை ஏற்றுவதற்காக வண்டிக்காரர் வண்டியை நிறுத்தினார்.

சீக்கிரம் சென்றால் நன்றாக இருக்கும் என்ற பதட்டமும் பரபரப்பும் எல்லோருக்குள்ளும் ஏற்பட்டதால் வண்டிக்காரரிடம் மாறி மாறி கூறியபடி இருந்தனர்.

அதனைக் கேட்டு வண்டிக்காரர் சாட்டையை சுழற்றி விசித்திர மான சப்தங்களை எழுப்பியபடி குதிரைகளை படுவேகமாக விரட்டினார்.

அச்சமயம் திடீரென அங்கிருந்த மலை மீதுள்ள ஒரு பாறை மீது மங்கலான தோன்றியது கண்டு வண்டியிலிருந்த பயணிகளுக்கு மிரட்சி ஏற்பட்டது.

ஜோனாதன் அந்த வெளிச்சத்தை வெறுமனே வேடிக்கை பார்த்துக்

கொண்டிருந்தார். இப்போது சாரட் வண்டி பேரலை மீது பாய்ந்து தாவும் படகு போல பேய் பாய்ச்சலாய் சென்று கொண்டிருந்தது.

போர்கோ கணவாயை வண்டி நெருங்கிக் கொண்டிருந்தபோது ஜோனாதனுக்கு வண்டியிலிருந்தவர்கள் ஒவ்வொருவரும் பரிசுகள் வழங்கினர். கணவாய் வழியாக வண்டி செல்ல ஆரம்பித்தபோது வண்டி ஓட்டி பின்னால் திரும்பித் திரும்பி பார்த்துக் கொண்டே வந்தார்.

பயணிகள் எல்லோரிடமும் ஒரு வித பயம் கலந்த எதிர்பார்ப்பு காணப்பட்டது. ஆனால் ஜோனாதனுக்குத் தான் ஒன்றுமே விளங்க வில்லை. தன்னுடன் பயணிப்பவர்களிடம் அது குறித்து விசாரித்த போதும் அவர்கள் ஏதும் பதில் கூறாமல் திரும்பிக் கொண்டனர்.

திடும்மென வானத்தில் இடியும் மின்னலும் தோன்ற தன்னை அழைத்துச் செல்வதறக்கு டிராகுலா பிரபு அனுப்பி வைக்கும் வண்டி எங்காவது தென்படுகின்றதா என்று சுற்றுமுற்றும் பார்க்க லானார் ஜோனாதன்.

ஜோனாதன் அப்படிப் பார்ப்பத்தை பார்த்துவிட்டு ‘அய்யா உங்களை அழைத்துக் கொண்டு செல்ல வேண்டிய வண்டி ஒன்றும் காணவில்லையா? அப்படியென்றால் உங்களை இங்கு யாரும் எதிர்பார்க்கவில்லை என்றுதானே அர்த்தம். எல்லாம் நல்லது தான் அய்யா. இதே வண்டியிலேயே இப்போதே புக்சேனவினாவுக்கு திரும்பிப் போய்விடுங்கள். நாளைக்காவது நாளை மறுநாளாவது வேண்டுமானால் நாம் திரும்பி வருவோம். அதுதான் உங்களுக்கு நல்லது’ என்று வண்டிக்காரர் கூறினார்.

அச்சமயம் அந்த வண்டிக்காரர் அவருக்கு ஏதோ பதில் வாய்திறந்த போது சாரட்டில் பூட்டப்பட்டிருந்த குதிரைகள் எதனையோ கண்ட மிரண்டது போல உச்சஸ்தாயில் கனைத்தன.

அந்த சூழ்நிலையில் வண்டியில் இருந்தவர்கள் பயந்து போய் உரத்து அலறியும் சிலுவை போட்டுக் கொண்டு பிராத்தனை செய்ய ஆரம்பித்தனர். அதே சமயம் நான்கு குதிரை பூட்டிய சாரட் வண்டி ஒன்று பாய்ந்து வந்து சட்டென நின்றுவிட்டது.

ஜோனாதன் அந்த வண்டியில் பூட்டப்பட்டிருந்த பயங்கரமான கருப்புக் குதிரைகளையும் அதனை ஓட்டி வந்த உயரமான ஒல்லியான மனிதனையும் கூர்ந்து பார்த்தார்.

தலையில் தொப்பி, கூர்மையான செம்பட்டைத் தாடியுடனிருந்த அந்த மனிதனின் முகம் அவ்வளவாக பார்க்க முடியவில்லை. ஆனாலும் நெருப்புத் துண்டுகளைப் போல கண்கள் இரண்டை மட்டும் காண முடிந்தது.

அந்த புதிய வண்டிக்காரர் 'இன்றைக்கு நீ சற்று சீக்கிரமாகவே வந்து விட்டாய் நண்பனே' என்று கூறியபோது 'இவர் அவசரம் காட்டியதால் தான் இவ்வாறு முடிந்தது' என்று உதடு நடுங்க தங்களை ஏற்றி வந்த வண்டிக்காரர் கூறினார்.

"ஓகோ அதனால்தான் அவரை நீ திரும்பவும் புக்சேன வினாவுக்கு அழைத்துச் செல்ல திட்டமிட்டாயோ? என்னை நீ ஏமாற்ற முடியாது. நான் எல்லாவற்றையும் அறிந்தவன். அது மட்டுமல்ல என் குதிரைகள் படுசுட்டி" என்று கூறிவிட்டு அதிரும்படியாக அவர் வாய் விட்டு சிரித்தார்.

'செத்துப் போனவர்கள் தான் சீக்கிரமாகப் பயணம் செய்வார்கள்' என்று பயணி ஒருவர் முனுமுனுத்ததை ஜோனாதன் கவனித்தார். வண்டிக்காரரும் அதனைக் கேட்டு லேசாக சிரித்தார்.

அச்சமயம் மற்ற பயணிகள் சிலுவை போட்டப்படி இரண்டு விரல்களால் வண்டிக்காரரைச் சுட்டிக் காண்பித்துவிட்டு முகத்தை திருப்பிக் கொண்டனர்.

இப்போது அந்த வண்டிக்காரர் மிகுந்த அதிகாரம் தொனிக்கும் குரலில் 'அய்யாவுடைய பெட்டிகளை இங்க கொடு' என்று அதட்டினார்.

ஜோனாதன் அந்தப் புதிய வண்டியில் ஏறிய போது அவர் ஏறுவதற்கு கையைப் பிடித்து உதவினார் வண்டிக்காரர்.

அந்தக் கைகளிரண்டும் எஃகு இரும்பாக உறுதியும் பனிக்கட்டியைப் போல குளிர்ச்சியாகவும் இருந்தது கண்டு ஜோனாதனுக்கு அதிர்ச்சியாக இருந்தது.

இனம் புரியாத சூனியத் தன்மையும் படபடப்பும் நிம்மதியற்ற சூழ்நிலையும் தன்னைச் சுற்றிலும் பரவிக் கிடப்பதை ஜோனாதன் உணர்ந்தார்.

ஒரு பெரிய கறுத்த கம்பளிப் போர்வையை அவரிடம் கொடுத்த வண்டிக்காரர் அதனைப் போர்த்திக் கொள்ளும்படி கூறினார்.

‘‘அய்யா ராத்திரிக்கு ரொம்பவும் குளிரடிக்கும். பிரபு அய்யா உங்களை நல்லா கவனிக்கச் சொல்லி இருக்கிறார். குளிருக்கு சூடு உண்டாக்க பிராண்டி உங்க இருக்கைக்கு அடியில் இருக்கிறது. வேண்டுமானால் நீங்கள் எடுத்து அருந்தலாம்’’ என்றார்.

ஆனால் ஜோனாதன் அதற்கெல்லாம் பதில் கூறுவதாயில்லை. இந்த இரவுப் பயணத்தை தவிர்த்திருக்கலாமே என்பதுதான் இப்போது அவரது யோசனையாக இருந்தது.

ஜோனாதனுக்குள் திடுக்கென ஒரு நினைவு தோன்றியது. தான் பயணம் செய்து வந்த வண்டி ஓரிடத்தில் விட்டு மடித்து விட்டு, திரும்பவும் பயணம் செய்த பாதையிலேயே பயணம் செய்வது போலத் தோன்றியது.

கூர்ந்து அடையாளங்களைப் பார்த்து விட்டு அது சரிதான் என்று உணர்ந்தபோது அதைப்பற்றி வண்டிக்காரரிடம் கேட்பதற்கு வாயெடுத்தார்.

பின்னர் வேண்டாம் என முடிவெடுத்தார். ஒருவேளை வேண்டும் என்றே திட்டுமிட்டு அது நடந்து கொண்டிருந்தால் தான் கேட்பதில் அர்த்தம் இல்லாமல் போய்விடுமே!

சிறிது நேரம் கண்ணை மூடியபடி இருந்தவர் அப்போதைய நேரம் என்ன என்பதைத் தெரிந்து கொள்வதற்காக தீக்குச்சியை உரசி கைக்கடிகாரத்தில் மணிபார்த்தார்.

சரியாக நள்ளிரவுக்கு ஒரு சில நிமிடங்கள் தான் பாக்கி. திடுமென மனதுக்குள் ஒரு கலக்கம். நள்ளிரவுப் பொழுதைப் பற்றி பலதரப் பட்ட தகவல்கள் ஒன்றோடொன்று மோதிக்கொண்டு மனத்திரை யில் ஓடியது.

யாரும் எதிர்பாராத நிகழ்வாக திடும்மென மலையடிவாரத்தில் எங்கோ தூரத்தில் ஒரு நாய் அப்போது ஊளையிடத் தொடங்கியது. அதனைத் தொடர்ந்து ஒவ்வொரு நாயாக ஊளையிட அந்தப் பகுதி யெங்கும் ஒட்டுமொத்த நாய்களின் ஊளைச்சத்தம் இடைவெளி யில்லாமல் எழுந்தது.

அந்த நாய்களின் ஊளைச் சத்தம் கேட்ட மாத்திரத்தில் மிரண்டு போன கருப்புக் குதிரைகள் நடுங்கியதுமில்லாமல் சட்டென தயங்கியபடி நின்று விட்டன.

ஆனால் அந்த வண்டிக்காரர் ஒரு மாதிரியான குரலில் ஏதோ ஒரு வார்த்தைகளைக் கூறி சத்தமிட்டவுடன் அந்தக் குதிரைகள் மீண்டும் பயணத்தை தொடர்ந்தன.

ஒரு வழியாய் அந்த நாய்களின் ஊளைச் சத்தம் நின்று போய் விட்டது என்று ஜோனாதன் சற்று நிம்மதியடைந்த நேரத்தில் அதனை விட இரண்டு மடங்கு சத்தமாக மிரட்டும் தொனியில் பயங்கரமாக ஓநாய்கள் ஊளையிடத் தொடங்கியது.

அதனைக் கேட்டு ஜோனாதன் அதிர்ந்து போனார். வண்டியிலிருந்து குதித்து ஓடிவிட அவர் நினைத்தபோது குதிரைகளும் பயத்தால் நடுங்கி பாயத் தொடங்கின. வண்டிக்காரர் மிகவும் சிரமப்பட்டு குதிரைகளை ஒருவாறாகப் பிடித்து நிறுத்தினார்.

வளர்ந்து சாய்ந்து கிடந்த மரங்கள் செல்லும் வழியில் பயணத்தை ஆங்காங்கே நிறுத்தின.

ஓநாய்களின் கூட்டம் வட்டமாக நான்கு திசைகளிலும் சூழ்ந்து கொண்டபோது ஜோனாதன் வண்டிக்குள் உட்புறமாக நகர்ந்து கொண்டார். குதிரைகள் திரும்பத் திரும்ப மிரண்டு போய் பயணம் செய்ய மறுத்தன.

அப்போது எதிர்பாராத நேரத்தில் அச்சம்பவம் நிகழ்ந்தது. பளீரென ஒருவிதமான நீலநிற வெளிச்சமானது அந்த வண்டிக்கு இடது புறமாகத் தோன்றியதுதான் தாமதம் அந்த வண்டிக்காரர் படக்கென வண்டியிலிருந்து இறங்கி எங்கேயோ மறைந்து காணாமல் போய் விட்டார்.

ஜோனாதனுக்கு என்ன செய்வதென்றே புரியவில்லை. எவ்வித அசைவுமின்றி அப்படியே உட்கார்ந்திருந்தபோது ஓநாய் சத்தம் மெல்லக் குறைந்தது. அப்போது அந்த வண்டிக்காரர் திரும்பவும் அங்கே வந்து சேர்ந்தார். மீண்டும் பயணம் தொடர்ந்தது.

இதே சம்பவம் திரும்பத் திரும்ப நிகழ்ந்த போதும் ஜோனாதனுக்கு ஏதும் புரியவில்லை. கடைசி தடவையாக திரும்பவும் அந்த நீலநிற வெளிச்சம் பரவியபோது வண்டிக்காரர் நீண்ட தொலைவுக்கு நடந்து சென்றார்.

அச்சமயம் அந்தக் குதிரைகள் அடக்குவாரின்றி பீதியுடன் அலறிய படி கால்களைத் தூக்கி குதித்தன.

என்னதான் நடக்கிறது என்று அறிவதற்காக ஜோனாதன் வெளியே எட்டிப் பார்த்த போது நிலவு பொழிந்து கொண்டிருந்தது. அதனை சுற்றுப்புறம் சற்று வெளிச்சமாகத் தெரிந்தது. அப்போது தான் அந்த பயங்கரக் காட்சியை அங்கே பார்த்து நடுநடுங்கிப் போனார் ஜோனாதன்.

☠

2

பளிச்சென வெள்ளை வெளேரென கூர்மையான நீளமான பற்களுடன் செக்கச் செவேலென தொங்கிய நாக்குடன் பிடரிமயிர்கள் சிலிர்க்க, ஜொலிக்கும் கண்களுடன் எண்ணற்ற பெரிய ஓநாய்கள் அந்த வண்டியைச் சுற்றிலும் நின்று கொண்டிருந்தன.

தங்களுடைய நாக்கால் உதடுகளை நீவியபடி எச்சிலை விழுங்கக் கொண்டு அவரை மூர்க்கமாக அசைவின்றி பார்த்துக் கொண்டிருந் தன.

அந்தக் காட்சி அந்த ஓநாய்களின் ஊளைச் சத்தத்தை விட மிகக் கொடூரமாக நூறு மடங்கு பயம் ஏற்படுத்தக் கூடியதாக இருந்தது.

ஜோனாதனுக்கு தொண்டை வறண்டு நாக்கு இழுத்து மிகவும் மிரண்டு போய்விட்டார். அந்த காட்சியைப் பார்த்த மாத்திரத்தில் சாதாரண சராசரி மனிதர்களை சட்டென மரணம் தாக்கி விடும்.

அந்தக் குரூரம் நிறைந்த ஓநாய்கள் யாருடைய உத்தரவையோ செயல்படுத்துவது போல திடும்மென ஒன்று சேர்ந்து பெருஞ்சத்தத் துடன் ஊளையிட்டன.

அவ்வளவு தான் குதிரைகள் நடுநடுங்கி சாரட் வண்டியை பின்புறமாக உந்தித் தள்ளின. அந்த ஓநாய்களின் பிடியிலிருந்து குதிரைகளாலும் தன்னாலும் தப்பிக்க முடியாது என்பது மட்டும் ஜோனாதனுக்கு அந்த நேரத்தில் புரிந்தது.

அந்த ஓநாய்கள் எந்த நொடியிலும் தன் மீது பாய்ந்து கடித்து குதற லாம் என்று தோன்றியது. அந்த வண்டிக்காரரை அழைப்பதற்காக வண்டியின் பக்கவாட்டில் தட்டி ஒலி எழுப்பினார் அவர். அந்த சத்தத்தில் ஓநாய்கள் கொஞ்ச தூரத்திற்காவது நகர்ந்து போகும் என்று நினைத்தார். அவற்றை விரட்டவும் முயற்சித்தார்.

ஆனால் அந்த ஓநாய்களோ ஒரு அங்குலம் கூட நகரத் தயாரா யில்லை. அச்சமயம் அந்த வண்டிக்காரர் ஏதோ உத்தரவிடும் தொனி யில் சத்தமிட்டார். அது ஜோனாதனுக்கு சற்று ஆறுதலாயிருந்தது.

அடுத்த சில நிமிடங்களில் அவர் கண்ட காட்சி தேகமெங்கும் சில்லிட வைப்பதாக இருந்தது. ஆம் அந்த வண்டிக்காரர் ஓடிவந்து கொண்டிருந்த அந்த பயங்கர ஓநாய்களை செல்ல ஆட்டுக்குட்டி களை கையால் பிடித்து தள்ளுவதைப் போல அவற்றை விலக்கியபடி வந்தார்.

அந்த ஓநாய்களும் உடம்பை நெளித்தபடி பின்னால் நகர்ந்து போயின. அச்சமயம் நிலவானது கருமேகத்துக்குள் மறைந்து போய் விட்டிருந்ததால் அவரால் வேறு ஒன்றையும் கவனிக்க முடிய வில்லை.

அதற்குள் அந்த ஓநாய்க் கூட்டம் எங்கோ போய் மறைந்து விட்டன. நினைத்தாலே அந்த சம்பவம் நெஞ்சை மரத்துப் போகச் செய்வதாக இருந்தது.

வண்டிக்காரர் குதிரைகள் மீது சவுக்கை சுழற்றி அடிக்க மீண்டும் பயணம் மலைப்பகுதியின் செங்குத்தான இடங்களில் ஏறி இறங்கி சுற்றி வந்து தொடர்ந்தது.

அப்போது திடும்மென வண்டிக்காரர் குதிரைகளின் கடிவாளத்தை பற்றி இழுத்த போது சாரட் வண்டி சட்டென நின்றது. கன்னங் கரேலென பிரம்மாண்டமான ஒரு கோட்டைக்கு முன்பாக அந்த வண்டி நிற்பதை ஜோனாதன் நிமிர்ந்தபடி பார்த்தார்.

அந்தக் கோட்டையின் மேல்புறத் திட்டிவாசல் பகுதியில் ஒரு சிறிய வெளிச்சம் கூட தென்படவில்லை. அந்த இருட்டில் கோட்டையை பார்க்க பயம் அதிகரித்துக் கொண்டே இருந்தது.

வண்டிக்காரர் ஜோனாதனை வண்டியிலிருந்து கீழே இறங்குவதற்கு உதவி செய்தபோது அவரது கரங்களில் இருந்த அசாத்திய வலு புலப் பட்டது. அந்த வண்டிக்காரர் மட்டும் நினைத்தால் ஒரு நொடியில் தன்னுடைய முரட்டுக்கரங்களாலேயே ஜோனாதனை நெரித்துக் கொன்று விட முடியுமென்று தோன்றியது.

வண்டிக்காரர் அவர் இறங்கியதும் அவரது பெட்டியை கீழே இறக்கி வைத்தார். புராதனமான அந்தக் கருங்கல் கோட்டைச் சுவரையும் பெரிய பெரிய இரும்பு ஆணிகளால் பட்டை அடித்து நிறுத்தப்பட் டிருந்த பெரிய கதவையும் பார்த்து ஜோனாதன் பிரமித்துப் போய் நின்று கொண்டிருந்த போது எந்த ஒரு வார்த்தையும் அவரிடம் பேசிக் கொள்ளாமல் வண்டிக்காரர் வண்டியில் ஏறியமர்ந்து வண்டியை ஓட்டிச் சென்றார்.

பீதியைக் கிளப்பும் அந்த அமைதியான நேரத்தில் தனிமையாக தான் விடப்பட்ட சூழ்நிலையில் ஜோனாதன் சுற்றுமுற்றும் பார்த்தார். கோட்டைக்குள்ளே தன்னுடைய வருகையை சொல்வதற்கு எந்த ஒரு மார்க்கமும் இருப்பதாக புலப்படவில்லை.

தான் கதவைத் தட்டி தெரிவிக்கலாம் என்றாலும் அத்தகைய பெரிய கதவுக்கு அந்தப்புறம் அந்தச் சத்தம் கேட்குமா என்பது சந்தேகமாக இருந்தது.

ஒன்றும் புரியவில்லை என்ன செய்வது என்றும் தெரியவில்லை. நடுக்கமும் வியர்வையுமாக நின்று கொண்டிருந்த அவருக்கு தன்னுடைய நிலை இப்படியாகி விட்டதே என்று வருந்தினார்.

தான் லண்டனில் இருப்பதாகவும் தனக்கு நேர்ந்ததெல்லாம் ஒரு கனவுதான் என்பது போல நினைக்கத் தோன்றியது. நடந்த உண்மை கனவாக முடியாதே! வழக்கறிஞர்களின் உதவியாளர்களுக்கெல் லாம் தன்னைப் போன்ற நிலைமைதானா?

தான் இப்போது டிரான்சில்வேனியாவின் கார்பத்தியன் மலைப் பகுதியில்தான் இருக்கிறோம் என்ற நிஜம் அவரை பயங்கொள்ளச்

செய்தது. பொழுது விடியும்போது தான் இந்த கோட்டையின் வாசல் கதவு திறக்குமோ? வேறு வழியில்லை அதுவரை காத்துக் கொண்டுதான் இருக்க வேண்டும்!

இப்படியான சிந்தனை வயப்பட்டிருந்தபோது கோட்டைக் குள்ளேயிருந்து யாரோ நடந்து வரும் தடித்த காலடியோசை கேட்டது. கதவுக்கிடையே தோன்றிய மெல்லிய வெளிச்சம் அது உண்மைதான் என்பதை புலப்படுத்தியது.

அதே சமயம் கதவின் பூட்டில் சாவியை நுழைத்து திறக்கும் சத்தமும் கேட்டது. நீண்ட நாட்களாக திறக்கப்படாத அந்த கதவின் தாழ்ப்பாள் துரு ஏறி கரகரவென இழுத்து திறக்கப்படுவது தெரிந்தது. அதைத் தொடர்ந்து அந்த பிரமாண்டமான கதவு திறந்தது.

மிகுந்த படபடப்புடன் அந்த திறந்த கதவைப் பார்த்தார் ஜோனாதன்.

நரைத்த தலைமுடி தடித்த மீசை தீக்கங்குகள் போன்ற கண்கள் உடம்பு முழுவதும் போர்த்தப்பட்ட கறுப்பு உடையுமாக உயர மான ஒல்லியான ஒருவயதான மனிதர் அந்த வாசலில் நின்று கொண்டிருந்தார்.

புராதன காலத்து வெள்ளி விளக்கு ஒன்று அவர் கையில் இருந்தது. அந்த விளக்கிலிருந்து தீ விளக்கு காற்றில் ஒருமுறை ஆடி அலைந்தது.

"வாலிபரே! என்னுடைய அரண்மனைக்கு தாங்கள் வரவு நல்வர வாகுக. சந்தோஷமாக உங்களது சுய விருப்பத்துடனும் சுதந்திரத் துடனும் நீங்கள் உள்ளே வரலாம்" என்று அந்த முதியவர் மிடுக் கென ஆங்கிலத்தில் அழைத்தார்.

ஜோனாதன் உள்ளே நுழைந்த போது அந்த வயதான மனிதர் அவருடைய கைகளைப் பற்றி குலுக்கினார்.

அவ்வளவுதான் ஜோனாதன் துடிதுடித்துப் போய்விட்டார் அந்த குலுக்கலில். அந்த வயதான மனிதரின் கையானது இறந்து போன ஒருவரின் மரத்துப் போன கைபோன்று பனிக்கட்டி மாதிரி சில்லென்றிருந்தது.

"பரிபூரண சுதந்திரமாய் உள்ளே வாருங்கள். மிகவும் பத்திர மாக திரும்பிச் செல்லுங்கள். போகும்போது உங்களின் மகிழ்ச்சி யான நினைவுகளுக்காக எதையாவது இங்கே விட்டுச் செல்லுங் கள்." அப்போது "டிராகுலா பிரபு எங்கிருக்கிறார்" என்று ஜோனாதன் கேட்டார்.

அதனைக் கேட்ட அவர் பணிவாகத் தலைகுனிந்தபடி 'நான்தான் டிராகுலா... மிஸ்டர் ஜோனாதன் ஹார்க்கர். நீங்கள் தேடி வந்த நபர் நான்தான் வாருங்கள். வாருங்கள் நாம் உள்ளே போகலாம். வெளியில் கடுங்குளிர் வீசுகிறது. சாப்பிட்டு விட்டு நீங்கள் ஓய்வு எடுக்க வேண்டியது இப்போது அவசியம்,' என்றார்.

தன்னுடைய கையில் கொண்டு வந்திருந்த அந்த வெள்ளி விளக்கை சுவரில் இருந்த ஆணியில் தொங்கவிட்டு மறுநிமிடம் ஜோனாதனன் பெட்டிகளை கையில் எடுத்தார்.

ஜோனாதன் அதற்கு மறுப்பு தெரிவித்த போது "தடுக்க வேண்டாம். என்னுடைய விருந்தாளி ராத்திரிப் பொழுது மிகவும் நேரங்கடந்து விட்டதால் வேலைக்காரர்கள் யாரும் இங்கே இல்லை. உங்களுக்கு வேண்டியதை நான் செய்வதற்கு நீங்கள் அனுமதி தர வேண்டும்" என்று அவர் கூறினார்.

அவ்வாறு சொல்லியபடி டிராகுலா பிரபு பெட்டியைத் தூக்கிக் கொண்டு முன்னால் நடக்க ஜோனாதன் எதுவும் பேசாமல் அவர் பின்னால் சென்றார்.

அரண்மனைக்குள் அப்படியே நடந்து போய் பின்னர் வளைவு வளைவாக செல்லும் மாடிப் படிக்கட்டுகளில் ஏறிச் சென்றபோது மேலே ஒரு அகலமான வராந்தா தென்பட்டது.

அதன் ஒரு மூலையில் இருந்த பெரிய அறையைத் திறந்த டிராகுலா பிரபு ஜோனாதனை உள்ளே வருமாறு அழைத்தார். அந்த அறையின் நடுவில் ஒரு பெரிய மேஜை இருந்தது. அங்கு உணவு பதார்த்தங்கள் பரிமாறப்பட்டு மூடி வைக்கப்பட்டிருந்தது.

மற்றொரு மூலையில் அப்போதுதான் பற்ற வைத்த விறகுகள் கனப்பு அடுப்பில் எரிந்து கொண்டிருந்தன.

தான் தூக்கிக் கொண்டு வந்த பெட்டியை அப்படியே கீழே வைத்துவிட்டு நின்றார் டிராகுலா பிரபு. அதன்பின் கதவுகளைத் தாழிட்டு விட்டு அங்கிருந்து வெளியேறி மற்றோர் அறைக்குள் நுழைந்தனர்.

அந்த அறை மிகவும் அழகான படுக்கை அறையாக இருந்தது கண்டு ஜோனாதன் மிகவும் வியப்பாக பார்த்துக் கொண்டு நின்றார்.

"நீங்கள் மிகவும் களைப்பாக இருக்கிறீர்கள். முதலில் நீங்கள் குளிக்கலாம். அதற்குத் தேவையான அனைத்தும் இங்கேயே உள்ளன. குளித்தபின் அந்த அறைக்கு வந்து விடுங்கள். அங்கே உங்களுக்கு உணவு தயாராக இருக்கிறது" என்றார் பிரபு.

அவருடைய கனிவான பேச்சும் விருந்துபசரிப்பும் ஜோனாதனுக் குள்ளிருந்த பயத்தை குறைத்தது.

ஒருவிதமான நிம்மதி ஏற்பட்டபோது வயிறு பசிப்பதை உணர முடிந்தது. உடனே குளியலறைக்குச் சென்று குளித்துவிட்டு சீக்கிரமே தயாரானார் ஜோனாதன்.

உடை மாற்றிவிட்டு அருகிலிருந்த அறைக்கு வந்த போது மேஜையை சுட்டிக்காட்டி அமரச் சென்னார் பிரபு.

"உங்களுக்கு என்ன விருப்பமோ அவ்வாறே உண்ணலாம். உங்க ளோடு சேர்ந்து அமர்ந்து சாப்பிட முடியாது போனதற்காக என்னை மன்னித்துக் கொள்ளுங்கள். நான் ஏற்கனவே சாப்பிட்டு விட்டேன்" என்றும் கூறினார்.

சாப்பிடுவதற்கு அமர்வதற்கு முன்பாக வழக்கறிஞர் ஹாக்கின்ஸ் கொடுத்தனுப்பிய கடிதத்தினை ஜோனாதன், டிராகுலா பிரபுவிடம் கொடுத்தார்.

பிரபு கடிதத்தை வாங்கி கவனத்துடன் வாசித்துவிட்டு, ஜோனா தனிடமே கொடுத்து வாசிக்கும்படி கூறினார்.

ஜோனாதன் வாங்கிப் படித்தபோது கடிதத்தின் ஒரு பகுதியில் தன்னைப் பற்றிய வாசகங்களையும் கண்டார்.

"தொலைதூர பயணம் செய்ய முடியாதபடி வாதநோயால்

அடிக்கடி கடுமையாக நான் பாதிக்கப்பட்டுள்ளேன். எனக்கும் தங்களுடைய நாட்டுக்கு வரமுடியாது போனது வருத்தம்தான். இருந்தபோதிலும் என்னுடைய முழுமையான நம்பிக்கைக்குரிய ஒரு பிரதிநிதியை உங்களிடம் அனுப்பி வைத்திருக்கிறேன்.

ஜோனாதன் ஹார்க்கர் மிகுந்த கெட்டிக்காரர் மட்டுமின்றி விசுவாசமானவரும்கூட. தெளிந்த தீர்மானமான முடிவை எடுப்ப தில் வல்லவர் இவர். அதிகமாக பேசமாட்டார். ஆனால் விவேகமாக காரியமாற்றுவார். நீங்கள் விரும்பும்படியான எந்த உதவியினையும் அவரிடமிருந்து பெறமுடியும்.”

ஜோனாதன் சாப்பிட்டு பின்பு டிராகுலா பிரபுவே பாத்திரங்களை யெல்லாம் ஒதுக்கி வைத்தார்.

கோழி இறைச்சியும் சாலட்டும் மிகவும் சுவையாக சமைக்கப்பட்டி ருந்ததால் ஜோனாதன் நன்றாக திருப்தியாக சாப்பிட்டு முடித்தார். டிராகுலா பிரபு இடையிடையே நிறைய கேள்விகள் கேட்டார். ஜோனாதனும் சளைக்காது பதில் கூறினார். அது மட்டுமின்றி தனது பயண அனுபவங்களையும் அவர் சொல்லத் தவறவில்லை.

சாப்பிட்ட பின்பு அந்த கனப்பு அடுப்பு முன்பாக வந்தமரும்படி ஒரு நாற்காலியினை சுட்டிக் காண்பித்தார் பிரபு.

விலையுயர்ந்த சுருட்டு ஒன்றையும் அவருக்கு புகைப்பதற்காக அவருக்கு வழங்கினார் பிரபு. ஆனால் தான் புகை பிடிப்பதில்லை என்று மறுத்து விட்டார்.

கனப்பு அடுப்பின் முன்பாக நின்று கொண்டிருந்த டிராகுலா பிரபுவை இப்போதுதான் அவர் நன்றாகப் பார்த்தார்.

தசைப்பற்றில்லாத அந்த முற்றிப்போன முகத்தில் நீண்டு உயர்ந்து வளைந்த மூக்கைப் பார்த்தார். அகலமாக முட்டிக் கொண்டு நிற்கும் நெற்றிப் பரப்பையும் பின்னோக்கி வாரப்பட்டுள்ள நீண்ட முடியை யும் அடர்த்தியான புருவ ரோமங்களையும் பார்த்தார்.

தடித்த மீசைக்கு கீழே வாய் குரூரமாக இழுப்பட்டு நிற்பது போலி ருந்தது. அவரைப் பார்த்த ஒரே பார்வையில் அவர் வலிமையான வராகவும், இரக்கமற்ற மிருகத்தன்மையுடையவராகவும் காணப்

பட்டார்.

டிராகுலா பிரபுவின் உள்ளங்கைப் பகுதி வெள்ளை நிறத்தில் பளபளப்பாக முரட்டுத்தனமாக இருந்தது. ஆனால் அதைவிட ஆச்சர்யம் என்னவென்றால் அவருடைய உள்ளங்கைப் பகுதியிலும் முடி வளர்ந்திருந்தது.

அவருடைய நீண்ட கை எலும்புகளின் முனையில் விரல்களில் நகங்கள் கூர்மையான கத்திபோல தென்பட்டன.

ஜோனாதனின் தோள் மீது பிரபுவின் கைபதிந்த போது ஏதோ மின்னல் ஊடுருவியது போலிருந்தது.

பிரபு பேசுவதற்காக ஜோனாதன் முகத்துக்கு அருகில் குனிந்து வாய் திறந்தபோது எல்லாம் குடலைப் புரட்டும் ஒருவித நாற்றம் குப்பென்று பரவியது.

அவருக்கு அந்த நாற்றம் மிகுந்த சங்கடத்தை ஏற்படுத்துகிறது என்பதைப் புரிந்து கொண்டதாலோ என்னவோ சட்டென்று பின்னால் நிமிர்ந்து கொண்டார்.

அச்சமயத்தில் தூரத்தில் எங்கோ ஓநாய்களின் ஊளைச்சத்தம் கேட்டு டிராகுலா பிரபுவின் முகத்தில் வெளிச்சம் பரவியது.

“மிஸ்டர் ஹார்க்கர் அந்தச் சத்தத்தை கேட்டீர்களா? இரவின் செல்லக் குழந்தைகளாகிய அவைகளை எழுப்பும் இசை அது” என்று டிராகுலா பிரபு கூறியதைக் கேட்டு திடுக்கிட்டு நிமிர்ந்தார் ஜோனாதன்.

“நீங்கள் மிகவும் களைப்பாக இருக்கிறீர்கள். உங்களுக்கு ஓய்வு உடனடித் தேவை. நன்றாக படுத்து உறங்குங்கள். எவ்வளவு நேரம் வேண்டுமானாலும் உறங்கலாம். நாளை மதிய நேரம் வரை நான் வேறொரு இடத்திலிருப்பேன்” என்று மிகவும் பணிவுடன் சொல்லி விட்டு அந்த அறைக்கதவைத் திறந்து கொண்டு பக்கத்து அறைக்கு சென்று தாழிட்டுக் கொண்டார்.

ஜோனாதன் மறுநாள் மிகவும் தாமதமாகவே படுக்கையிலிருந்து எழுந்தார். இரண்டு நாள் பயணம் களைப்புக்குப் பிறகு நிம்மதியான உறக்கம்.

காலைக்கடன்களை முடித்துக்கொண்டு சாப்பாட்டு அறைக்கு வந்தார் ஜோனாதன். அவரை எதிர்பார்த்து பிரபு டேபிள் மீது வைத்து விட்டுப் போயிருந்த கார்டு ஒன்றை எடுத்து வாசித்தார்.

"எனக்காக காத்திருக்க வேண்டாம். கொஞ்ச நேரத்திற்கு இங்கு இருக்க மாட்டேன்" டிராகுலா.

டேபிளில் இருந்த சுவையான சிற்றுண்டியை எடுத்து வயிறு முட்டச் சாப்பிட்டார் ஜோனாதன். சாப்பிட்ட பின்பு அந்த டேபிளைச் சுத்தம் செய்ய வேலைக்காரர் யாரையாவது அழைக்கலாம் என்று நினைத்தார். அதற்கான அழைப்பு மணியைத் தேடினார். ஆனால் அப்படி ஏதும் அங்கு இருப்பதாகத் தெரியவில்லை.

அந்த சாப்பாட்டு மேஜை மீது இருந்த பாத்திரங்கள் எல்லாம் தங்கத்தால் செய்யப்பட்டிருப்பதைப் பார்த்தார். அதுமட்டுமின்றி அங்கேயிருந்த மெத்தை போன்ற இருக்கைகளிலும் ஜன்னல் திரைகளும் மிகவும் விலை உயர்ந்ததாக இருந்தது மட்டுமின்றி மிகவும் பழமை வாய்ந்ததாக ஒரு நூற்றாண்டுக்கு மேலுள்ளதாகத் தோன்றியது.

ஆனால், இத்தனை இருந்தும் அந்த அறையில் முகம் பார்க்கும் நிலைக்கண்ணாடி ஒன்று கூட எங்கும் இல்லாமலிருந்தது கண்டு ஆச்சர்யப்பட்டார்.

நல்ல வேளை அவர் தன்னுடன் ஒரு சிறிய முகம் பார்க்கும் கண்ணாடியை தலை வாருவதற்காகவும், முகம் பார்ப்பதற்காகவும் கொண்டு வந்திருந்தார்.

அந்த கோட்டைக்குள் எங்கு தேடியும் மருந்துக்கு கூட ஒரு மனித உயிரை அவரால் பார்க்க முடியவில்லை. அடிக்கொருதரம் அங்கு கேட்கும் ஓநாய் ஊளைச் சத்தத்தை விட்டால் வேறு எந்த சத்தமும் இல்லாத அமைதி தான் அங்கே ஆட்கொண்டிருந்தது.

அங்கே தனியாக இருக்கும் அலுப்பைப் போக்க ஏதாவது வாசித்தால் நன்றாக இருக்கும் என்று தோன்றியது. எப்படியோ அன்று மாலை ஆறு மணிக்குத்தான் காலை சிற்றுண்டியைச் சாப்பிட்டார் ஜோனாதன்.

அந்த அறையில் வாசிப்பதற்கு ஒருதுண்டு நாளிதழ் கூட இல்லை. டிராகுலா பிரபுவின் அனுமதியின்றி கோட்டையைச் சுற்றிப்பார்க்க மனது வரவில்லை.

தன்னுடைய அறைக்கு பக்கத்து அறையில் ஏதாவது வாசிப்பற்கு கிடைக்குமா என்று தேடிப் பார்க்க முடிவு செய்தார்.

என்ன ஆச்சர்யம் அவர் அந்த அறைக் கதவைத் திறந்தவுடன் அடைந்த மகிழ்ச்சிக்கு அளவே இல்லை. அது ஒரு நூலகம் மற்றும் ஆராய்ச்சிக் கூடம் போலத் தோன்றியது.

அந்த நூலகப் பகுதியில் கணக்கிலடங்காத ஆங்கில நூல்கள் அலமாரி களில் அடுக்கி வைக்கப்பட்டிருந்தன. மேலும் வார, மாத இதழ்கள் வால்யூம்களாக பைண்டு செய்யப்பட்டு வைக்கப்பட்டிருந்தன.

அங்கிருந்த மேஜை மீது சில பழைய பத்திரிக்கைகள் சிதறிக் கிடந்தன. அந்த புத்தகங்களுக்கு நடுவே சட்டப் புத்தகங்களும் இருப்பதைப் பார்த்து மிகவும் சந்தோஷப்பட்ட ஜோனாதன் அதில் ஒரு புத்தகத்தை எடுத்து புரட்டினார்.

அப்போது கதவைத் திறந்து கொண்டு டிராகுலா பிரபு உள்ளே நுழைந்தார். மெலிதான சத்தமாக குட்மார்னிங் சொல்லிவிட்டு அவர் கேட்டார்.

"ராத்திரி ஓய்வு எடுத்த பின்பு சந்தோஷம் ஏற்பட்டிருக்குமென நம்புகிறேன். அதுபோலவே இந்த அறையும் உங்களுக்கு சந்தோ ஷத்தை தரும் என நினைக்கிறேன்."

"ஆம் உண்மைதான்"

"எனக்கு மிகவும் பிடித்தமானவை புத்தகங்கள் தான். நான் லண்டனுக்கு செல்வதென முடிவெடுத்த நாள் முதலாக இவை எல்லாம் எனக்கு எத்தனை மகிழ்ச்சியை ஏற்படுத்தியுள்ளன தெரியுமா?" என்றார் பிரபு.

அதனைக் கேட்டபின் "நீங்கள் மிகவும் நன்றாக ஆங்கிலம் பேசு கிறீர்கள்" என்றார் ஜோனாதன்.

"மிகவும் நன்றி. நீங்கள் என்னை ஒரேயடியாக புகழ்கிறீர்கள். நீங்கள்

கூறும் அளவுக்கெல்லாம் எனக்கு ஆங்கிலம் புலமை கிடையாது" என்று டிராகுலா பிரபு பதில் கூறினார். சிறிது நேரம் மௌனமாக இருந்து விட்டு பிரபு தொடர்ந்து பேசினார்.

"என்னுடைய நண்பர் பீட்டர் ஹாக்கின்ஸின் பிரதிநிதியாக மட்டுமே நீங்கள் இங்கு வந்திருப்பவரல்ல. இங்கே நீங்கள் தங்கி யிருக்கும் கொஞ்ச நாட்களுக்குள் என்னுடைய ஆங்கிலத்திலுள்ள குறைபாடுகளை நிவர்த்தி செய்து தர வேண்டுமென கேட்டுக் கொள்கிறேன். மேலும் இன்றைக்கு நான் இத்தனை தாமதமாக வந்ததற்கு மன்னித்துக் கொள்ளுங்கள்."

"அப்படியெல்லாம் ஒன்றுமில்லை. இந்த நூலகத்திற்கு நான் விரும்பிய நேரத்தில் வந்து போவதற்கு ஏதாவது ஆட்சேபனை உண்டா தங்களுக்கு?" என்று ஜோனாதன் கேட்டார்.

"நிச்சயமாக இல்லை. எப்போது வேண்டுமானாலும் தாங்கள் இங்கே வந்து போகலாம். எங்கு வேண்டுமானாலும் எப்போது வேண்டுமானாலும் போகலாம். ஆனால் பூட்டிய அறைக்குள் மட்டும் நுழைவதற்கு ஆர்வம் காட்டாதீர்கள். அதற்கெல்லாம் சில காரணங்கள் உண்டு..."

சரி என்பது போல ஜோனாதனும் அப்போது தலையாட்டினார்.

"மேலும் நாம் எல்லோரும் இப்போது டிரான்சில் வேனியாவில் இருக்கிறோம். இங்கிலாந்து நடைமுறைகளும் பழக்க வழக்கங் களும் இங்குள்ள நடைமுறைகளிலிருந்து வேறுபடலாம். அசாதாரணமாக தோன்றலாம்" என்று பிரபு கூறினார்.

இதுதான் சமயம் என்று தான் இதுவரை கேட்க நினைத்த பல்வேறு சந்தேகங்களையும் கேட்டு விட முடிவு செய்தார் ஜோனாதன்.

அந்த நாட்டில் உள்ளவர்களின் மூடநம்பிக்கைகள் மற்றும் செயல்பாடுகள் பற்றி அவர் கேட்ட கேள்விகள் பலவற்றிற்கும் பதில் கூறாமல் தவிர்த்தார் பிரபு. பலவற்றை சமாளித்தார்.

அந்த இடத்திற்கு வரும் வழியில் ஓரிடத்தில் தான் பார்த்த நீலநிற வெளிச்சம் பற்றியும் குதிரை வண்டிக்காரர் அடிக்கடி இறங்கிச் சென்றது குறித்தும் ஜோனாதன் அவரிடம் கேட்டார்.

“இது ஒரு யுத்த பூமி. நாட்டை நேசித்தவர்களும் ஆக்கிரமித்த வர்களும் ரத்தம் சிந்திய பூமி இது. இந்த நாட்டினர் எதிரிகளின் ஆயுதங்களுக்கு பலியான போது அவர்களுடைய செல்வங்களை யெல்லாம் மண்ணில் புதைத்திருக்க வேண்டும். சில குறிப்பிட்ட நேரத்தில் அந்தச் செல்வங்கள் புதைக்கப்பட்ட இடங்களிலிருந்து அப்படிப்பட்ட நீலநிற வெளிச்சம் தட்டுப்படுவதாக நான் கேள்விப் பட்டிருக்கிறேன்.”

“சரி நீங்கள் கூறியபடியே இருந்தால் இத்தனை காலமாகியும் யாரும் இதுவரை அந்த செல்வங்களை கண்டுபிடிக்கவே இல்லையா? நிச்சயம் அது தொடர்பான நடவடிக்கைகளில் மக்கள் ஈடுபடாமலா இருப்பார்கள்?” என்று ஜோனாதன் அவரை மடக்கினார்.

ஆனால் டிராகுலா பிரபு அதற்கு தயக்கமின்றி பதில் வைத்திருந்தார்.

“நீங்கள் நினைப்பது போலில்லை. இங்குள்ள விவசாயிகள் தொடை நடுங்கிகள். அந்த நீல வெளிச்சம் தோன்றும் நள்ளிரவுப் பொழுது களில் எந்த ஒரு மனித உயிரும் வீட்டை விட்டே வெளியே வருவ தில்லை.”

அதன் பிறகு ஜோனாதன் என்ன காரணத்தினாலோ அந்த பேச்சை தொடர விரும்பவில்லை.

பிரபுவுக்காக இங்கிலாந்தில் ஹாக்கின்ஸ் பார்த்து வைத்திருந்த இடத்தை வாங்குவது பற்றி பேச்சை திருப்பினார் ஜோனாதன்.

அதற்கான பத்திரங்கள் மற்றும் ஆவணங்களில் பிரபுவிடமிருந்து கையெழுத்துகளை பெற்றார் ஜோனாதன். ஹாக்கின்ஸிடம் கொடுக்கச் சொல்லி அச்சமயம் ஒரு கடிதத்தை எழுதி ஜோனா தனிடம் பிரபு ஒப்படைத்தார்.

இங்கிலாந்தில் டிராகுலா பிரபு வாங்க முடிவு செய்திருந்த அந்த எஸ்டேட் பேர்பிளீட் என்ற இடத்தில் ஏறத்தாழ இருபது ஏக்கர்கள் பரப்பைக் கொண்டது.

கருங்கல் சுவர்களால் நான்கு புறமும் கட்டப்பட்ட அந்த இடத் திற்குள் ‘ஃபோர் ஃபேசஸ்’ என்ற புராதன காலத்து பங்களா ஒன்று இருந்தது.

அந்த பங்களாவையும் நிலப்பகுதியையும் வெவ்வேறு கோணங்களில் புகைப்படங்கள் எடுத்து ஜோனாதன் அவருக்காக கொண்டு வந்திருந்தார்.

இங்கிலாந்திலுள்ள தனது நண்பர் ஹாக்கின்ஸ்க்கு கடிதம் மூலம் எழுதி இதற்கான ஏற்பாட்டினை செய்திருந்தார் டிராகுலா பிரபு.

அந்த இடத்தை முறைப்படி கிரயம் பேசி பத்திரங்களை ஒழுங்குப் படுத்துவதற்கு தான் ஹாக்கின்ஸ் தனது உதவியாளர் ஜோனாதன் ஹார்க்கரை டிரான்ஸில் வேனியாவுக்கு அனுப்பி வைத்திருந்தார்.

டிராகுலா பிரபு அவர் கொண்டு வந்திருந்த வீட்டின் புகைப்படங் களை ஒவ்வொன்றாக புரட்டி புரட்டி பார்த்தபடி இருந்தார். மாதா சேனையில் ஒன்று அந்த வீட்டுக்குப் பக்கத்தில் இருந்தது.

நீண்டகாலமாக செயல்படாமல் இருந்த அந்த எஸ்டேட்டும் மூடிக் கிடக்கும் அந்த பங்களாவையும் பார்த்தால் ஒரு பெரிய கல்லறை மாதிரி இருந்தது.

டிராகுலா பிரபுக்கு அந்த இடம் மிகவும் பிடித்துப் போய் விட்ட தாகக் கூறினார். புதிய கட்டிடங்களை விட புராதனமான கட்டிடங் களும் அதன் தனிமையும் இருட்டும் இரவின் பயங்கரம்தான் தனக்கு மிகவும் பிடித்திருப்பதாக அவர் கூறியதைக் கேட்டு ஜோனாதனின் உடம்பு நடுங்கியது.

தன்னுடைய இருக்கையிலிருந்து திடும்மென எழுந்த டிராகுலா பிரபு ஒப்பந்தத்துக்கு தேவையான மற்ற எல்லா பத்திரங்களையும் முறை படுத்துமாறு கூறிவிட்டு அங்கிருந்து கிளம்பிச் சென்றார்.

அவர் திரும்பி அந்த அறைக்கு வந்த போது நிச்சயம் ஒருமணி நேரமா வது கடந்து போயிருக்கும். "நீங்கள் இன்னுமா புத்தகம் வாசித்துக் கொண்டிருக்கிறீர்கள். ஏதாவது ஒரு வேலையை எப்போதும் செய்து கொண்டிருப்பது சரியில்லை. வாருங்கள் உணவு தயாராகி இருக்கும்" என்று கூறியபடி ஜோனாதனை சாப்பாட்டு அறைக்கு அழைத்துச் சென்றார் பிரபு.

டிராகுலா பிரபு அன்றைக்கும் தன்னுடன் சேர்ந்து அமர்ந்து சாப்பிட மாட்டார் என்பது அவருக்கு புரிந்தது. ஆனாலும் தனக்குப் பக்கத்

தில் உட்கார்ந்து பேசுவதற்கு அவர் விருப்பம் தெரிவித்ததே மகிழ்ச்சியாக இருந்தது.

ராத்திரி உணவுக்குப் பின்பு இருவரும் நீண்டநேரம் பேசிக் கொண்டிருந்தனர். முதல் நாள் ராத்திரி நன்றாக தூங்கியதால் ஜோனாதனுக்கு அவ்வளவாக தூக்கம் வரவில்லை.

நேரம் கடந்ததே தெரியாமல் இருவரும் பேசிக் கொண்டிருந்த போது தூரத்தில் எங்கோ சேவல் ஒன்று கூவியது. தொடர்ந்து காகங்கள் கரையும் சத்தமும் கேட்ட போது திடுக்கென்று டிராகுலா பிரபு தான் உட்கார்ந்த இடத்திலிருந்து எழுந்து நின்றார்.

"பார்த்தீர்களா... நேரம் ஆனதே தெரியவில்லை. உங்களையும் இவ்வளவு நேரம் தூங்க விடாது தவறு செய்து விட்டேன். நீங்களும் இப்படியெல்லாம் பேசியதால் தான் நானும் பதில் கூறிக் கொண்டிருந்ததில் நேரம் போனதே தெரியவில்லை."

ஜோனாதனுக்கு குட்நைட் சொல்லிவிட்டு அங்கிருந்து புறப்பட்டுச் சென்றார்.

அதன் பின்னர், ஜோனாதன் தன்னுடைய அறைக்குச் சென்று படுத்துக் கொண்டார். ஆனால் நீண்ட நேரம் தூங்க முடியவில்லை. சூரிய வெளிச்சம் நன்றாகப் பரவி விட்டதால் எழுந்து முகச்சவரம் செய்ய தன்னுடைய சிறிய முகம் பார்க்கும் கண்ணாடியை எடுத்து சுவரில் மாட்டி சவரம் செய்யத் தொடங்கினார்.

எதிர்பாராத அந்த நேரத்தில் திடீரென கடுமையான கையொன்று ஜோனாதனின் தோள்மீது அழுத்தமாக பதிந்தது.

திடுக்கிட்டுத் திரும்பிப் பார்த்த போது பின்னால் டிராகுலா பிரபு நின்று கொண்டிருந்தார்.

அவர் குட்மார்னிங் சொன்னார். ஆனாலும் தன்னுடைய உடம் பெல்லாம் நடுங்குவது போலுணர்ந்தார்.

அதற்குக் காரணம் இருந்தது. ஏனென்றால் அந்த அறையிலிருந்த எல்லாப் பொருள்களும் கண்ணாடியில் தெளிவாகத் தெரிந்தன. ஆனால் அந்த டிராகுலா பிரபுவின் முகத்தை மட்டும் அந்தக் கண்ணாடியில் பார்க்க முடியவில்லை.

அதை நினைத்து நடுங்கிப் போய் சற்றே உதறலுடன் பின்னால் திரும்பிய ஜோனாதனின் முகத்தில் அந்த சவரக்கத்தி சிறிய கீறலை ஏற்படுத்தியது. ஜோனாதன் அது வெறும் சிறிய கீறல்தான் என்று பொருட்படுத்தாது இருந்து விட்டார்.

பின்னர் நின்று கொண்டிருக்கும் டிராகுலா பிரபுவின் முழு உருவத்தையும் தன்னால் பார்க்க முடிந்த போதிலும் கண்ணாடியில் சுத்தமாக அவரது பிம்பம் விழாதது ஜோனாதனை மனம் பேதலிக்கச் செய்தது.

இது எப்படி சாத்தியம்? சந்தேகம் ஏற்பட்டு பயத்துடன் மீண்டும் கண்ணாடியில் பார்த்தபோது தான் தன்னுடைய முகத்தில் கீறலி லிருந்து ரத்தம் வழிவது தெரிந்தது.

உடனே சவரக்கத்தியைக் கீழே வைத்துவிட்டு அந்த ரத்தத்தை துடைப்பதற்கு ஏதாவது துணி கிடைக்குமா என்று ஜோனாதன் தேடி னார். அச்சமயம் டிராகுலா பிரபுவும் ஜோனாதனின் முகத்தைக் கூர்ந்து பார்த்துக் கொண்டிருந்தார்.

அந்தக் கணத்தில் டிராகுலா பிரபுவின் முகமானது திடும்மென ஒரு தீய ஆவியின் ஊடுருவலால் மாறியது போலாயிற்று.

காட்டு விலங்கு ஒன்று உறுமியது போல உறுமிக் கொண்டு ஜோனாதனின் கழுத்தைப் பற்றுவதற்கு பாய்ந்தார் டிராகுலா பிரபு.

அவரது கையானது எதேச்சையாக ஜோனாதன் கழுத்தில் அணிந் திருந்த ஜப மாலையில் பட்டுவிட்டது. விறுக்கென தீயைத் தொட்டது போல கைகளை பின்புறமாக இழுத்துக் கொண்டார்.

அதன் பின்பு மெல்ல தன்னை இயல்பு நிலைக்கு கொண்டுவர டிராகுலா பிரபு சிரமப்பட்டார்.

"எப்பொழுதும் நீங்கள் மிகவும் எச்சரிக்கையாக நடந்து கொள்ள வேண்டும். காயம் ஏற்படாமல் மிகவும் கவனமாக நடந்து கொள்ள வேண்டும். வீண் ஆபத்தை அது விளைவிக்கக் கூடும்" என்று யதார்த்தமாக பேசுவது போல டிராகுலா பிரபு பேசினார்.

அதே சமயம் சட்டென்று அந்த சன்னல் கம்பியில் தொங்கிக் கொண் டிருந்த முகம் பார்க்கும் கண்ணாடியை கோபத்துடன் பிடுங்கினார்.

"இத்தனைக்கும் காரணம் இந்த பாழாய்ப் போன கண்ணாடிச் சனியன்தான்" என்று ஆவேத்துடன் கூறியபடி தன்னுடைய இரும்புக் கையால் தொலைதூரத்துக்கு வீசியெறிந்தார்.

அங்கிருந்த ஒரு பாறையில் மோதி கண்ணாடியானது சுக்கு நூறாக நொறுங்கிச் சிதறியது.

டிராகுலா பிரபு அவ்வாறு செய்துவிட்டு அதன் பின்பு எதுவுமே பேசாமல் அந்த அறையை விட்டு வேகமாக வெளியேறிப் போனார்.

ஜோனாதன் அன்று மதியப் பொழுதில் உணவு உண்ணும்போது தான் நினைத்தார் டிராகுலா பிரபு இதுநாள் வரை ஒரு தடவை கூட உணவு உண்பதை தான் பார்க்கவில்லை என்பதை. அதைப் பற்றி நினைக்கும்போது விசித்திரமாக இருந்தது.

சாப்பிட்ட பின்பு நிம்மதியற்ற மனத்துடன் அந்த கோட்டைக்குள் தன்னால் நடக்க முடிந்த பகுதிகளெங்கும் நடந்தார் ஜோனாதன். ஆனால் எல்லா இடத்திலும் கதவுகள் அடைக்கப்பட்டு பூட்டுகள் தான் தொங்கின. ஒட்டு மொத்தத்தில் அங்கே சுற்றிப் பார்த்த போது மூடிக்கிடந்த கதவுகளும் கருங்கல் சுவர்களிலுள்ள பிரம்மாண்ட மான ஜன்னல்களும் அந்த இடம் ஒரு பெரிய சிறைச்சாலை போலத் தான் நினைக்கத் தோன்றியது.

அங்கிருந்து வெளியேறுவதற்கான எந்த ஒரு மார்க்கமும் இருப்ப தாகத் தெரியவில்லை. தான் ஒரு கைதிதான் என்ற நினைப்பு ஒருவித பயத்தையும், திகைப்பையும் ஏற்படுத்தியபோது ஒரு பைத்தியக் காரனைப்போல கோட்டைக்குள் அங்குமிங்குமாக ஓடினார்.

மாடிப்படிகளில் ஏறுவதும் இறங்குவதும் எதிர்பட்ட ஜன்னல், கதவுகளை கால்களால் ஓங்கிமிதித்து திறக்க முயன்றும் பலவாறு நடந்து பார்த்தார். இவ்வாறு பலமுறை நடந்தும் பயனில்லாது மிகவும் சோர்ந்து போனார்.

தன்னை இவ்வாறு கைதி போல பாவிப்பதற்கு ஏதாவது வேறு காரணங்கள் உண்டா என்று டிராகுலா பிரபுவிடம் கேட்க வேண்டு மென்று ஜோனாதன் முடிவு செய்தார்.

எப்படியாவது புத்திசாலித்தனமாக யோசித்து அங்கிருந்து தப்பிக்க வேண்டுமென அவர் நினைத்துக் கொண்டிருந்தபோது கீழே கதவை மூடும் சத்தம் கேட்டது.

டிராகுலா பிரபுதான் கதவை மூடி இருக்க வேண்டும் என்று முடிவு செய்தார் ஜோனாதன். மேலும் தன்னை அந்த இடத்துக்கு அழைத்து வந்த வண்டிக்காரனும் இந்த டிராகுலா பிரபுவும் ஒருவர்தானோ என்ற சந்தேகம் இப்போது அவருக்குள் வலுத்தது.

தன்னுடைய கழுத்திலிருந்த ஜபமாலைத் தொடும் போதெல்லாம் ஒரு விதமான நிம்மதியும் அதனை தனக்கு போட்டுவிட்ட வயதான மூதாட்டியும் தான் நினைக்க வந்தது.

சீக்கிரமே இந்த டிராகுலா பிரபுவைப் பற்றிய ரகசியங்களை கண்டு பிடித்தாக வேண்டும் என்று தீர்மானித்தார்.

அன்றைக்கு நள்ளிரவு வரை டிராகுலா பிரபு ஜோனாதனுடன் பேசி னார். தாம் அடிலா என்ற ஹூண மன்னர்களின் பரம்பரைச் சேர்ந்தவர் என்று பெருமிதத்தடன் பேசினார்.

துருக்கி, மக்யார், லெம்பார்டு போன்ற நாட்டவர்களுடன் தமது மன்னர்கள் போரிட்ட வீரவரலாற்றைப் பற்றியெல்லாம் பல ருசிகர மான தகவல்களை கூறினார்.

அந்தப் பரம்பரையினருக்கு வீரரத்தம் வழங்குவதும் தைரியம் கொடுத்ததும் இந்த டிராகுலா பிரபுவின் ரத்தம்தான் என்று ஆவேசத் தோடு தன்னைப் பற்றி கூறியபோது ஜோனாதன் கேட்டு நடுநடுங்கிப் போனார்.

தனக்கு முன்பாக பேசிக் கொண்டிருக்கும் இதே பிரபுதான் எத்தனையோ நூற்றாண்டுகளுக்கு முன்பு வாழ்ந்தவர் என்ற செய்தியைக் கேட்டு தன்னுடைய உடம்பு முழுவதும் மின்சாரம் பாய்வது போலுணர்ந்தார்.

பொழுது விடியும் தருவாயில் இருந்ததால் இருவரும் பேசுவதை நிறுத்தி விட்டனர். பிரபு எழுந்து சென்று விட்டார்.

டிராகுலா பிரபு மறுநாள் மாலை அங்கு வந்த போது லண்டனி னுள்ள எஸ்டேட்டை வாங்குவது பற்றி பேசத் தொடங்கினார்.

"என்னுடைய நண்பர் பீட்டர் ஹாக்கின்ஸுக்கு முதல் கடிதம் அன்றைக்கு அனுப்பிய பிறகு அவருக்கோ அல்லது வேறு யாருக் காவது மறுபடி கடிதம் ஏதும் எழுதி அனுப்பினீர்களா?" என்று டிராகுலா பிரபு கேட்டார்.

ஜோனாதன் 'இல்லை' என்று தலையாட்டினார்.

"அப்படியானால் நீங்கள் இனிமேல் எழுதும் கடிதத்தில் நீங்கள் விரும்புவதாக இருந்தால் இன்னும் ஒரு மாதகாலம் இங்கேயே என்னுடன் தங்கப் போவதாக எழுதுங்கள்" என்று பிரவு கூறியதைக் கேட்டு நடுங்கிற்று "நான் அவ்வளவு காலம் இங்கேயே தங்க வேண்டியிருக்குமோ என்ன?" என்று கேட்டார் ஜோனாதன்.

"ஆம் அப்படித்தான் நான் விரும்புவதாக வைத்துக் கொள்ளுங்கள். மிஸ்டர் ஹார்க்கர் உங்களுக்கு பாஸ்தானே. உங்களை இங்கே அனுப்பியது என்னுடைய தேவைகள் மற்றும் வசதிகளைக் கவனிப்ப தற்குத் தானே?"

பிரபு அவ்வாறு கேட்டபோது அதற்கு பதிலேதும் கூறத் தோன்ற வில்லை. ஆனாலும் ஒப்புக் கொள்வது போல தலையாட்டுவதைத் தவிர வேறு வழியில்லை.

"நீங்கள் கடிதம் எழுதும் போது நமது கொடுக்கல் வாங்கல் தொடர்பான தகவல்களை மட்டும் தவிர வேறு எதைப் பற்றியும் எழுதக்கூடாது. நீங்கள் பத்திரமாக திரும்பிச் செல்ல வேண்டும் அல்லவா?" என்று கூறியபடி டிராகுலா பிரபு சில கவர்களையும் காகிதங்களையும் ஜோனாதனிடம் வழங்கினார்.

டிராகுலா பிரபுவின் கட்டளையின் உள்நோக்கம் புரிந்து விட்டதால் அவர் கூறிய விசயங்களை மட்டும் எழுதுவது என்றும் அதன் பின்னர் ரகசியமாக ஷார்ட் ஹேண்ட் முறையில் பீட்டர் ஹாக்கின்ஸுக் கும் தமக்கு நெருக்கமானவர்களுக்கும் எழுதுவது என்று முடிவெடுத் தார்.

ஜோனாதன் கடிதங்களை எழுதி முடிக்கும் வரையில் பொறுமை யாக இருந்துவிட்டு பிறகு அவரை பார்த்து கூறினார்.

"இன்னும் சில விசயங்களைப் பற்றி நான் உங்களுக்கு கூற வேண்டி

யுள்ளது. நீங்கள் தூக்கம் வரும்போது உங்கள் அறையில் மட்டும் தான் படுக்க வேண்டும். எக்காரணம் கொண்டும் இந்தக் கோட்டை யிலுள்ள மற்ற எந்த பகுதிக்கும் சென்று படுத்து உறங்காதீர்கள். அப்படிச் செய்தால் உங்களுக்கு ஆபத்தில் தான் முடியும்" என்று சற்று கோபம் தொனிக்கும் குரலில் கூறிவிட்டு டிராகுலா பிரபு கிளம்பிச் சென்றார்.

அவர் சென்ற பின்பு தன்னுடைய அறைக்குள் நுழைந்தவர் சிறிது நேரத்திற்கு அங்கே எந்த விதமான சத்தமும் கேட்கவில்லை என்று உறுதி செய்த பின்பு அந்த அறையை விட்டு வெளியே வந்தார்.

அதன் பிறகு அந்த பிரம்மாண்டமான படிக்கட்டுகளில் ஏறி கோட்டையின் மேல்புறத்தை அடைந்தார்.

மேலே இருந்து பார்த்தபோது கோட்டைக்கு வெளிப்புறம் கரிய இருள் சூழ்ந்து காணப்பட்டது. ஆயினும் அங்கே இருக்கும் சுதந்திரம் இங்கே இல்லை என்பது மனதை நெருடியது.

எதேச்சையாக கோட்டையின் இன்னொரு புறம் நோக்கி உற்று கவனித்தபோது நிலவின் வெளிச்சத்தில் தெரிந்த அந்த காட்சி விசித்திரமாக இருந்தது.

அந்த மாடிப் பகுதியின் தெற்குப் பக்கமாக ஏதோ ஒன்று அசைவது போலத் தெரிந்தது. அந்த இடம் டிராகுலா பிரபுவின் அறையிலிருந்து முன்புற முற்றத்தை நோக்கிய பகுதிதான் என்பது தெளிவாகியது.

அந்த அறை ஜன்னல் வழியாக டிராகுலா பிரபுவின் தலை நீண்டு வெளியே வந்ததைப் பார்த்து விட்டுத்தான் நிலைகுத்திப் போயிருந் தார் ஜோனாதன்.

ஜன்னல் வழியாக முதுகும் உடம்பும் நீண்டு அப்படியே கீழ்நோக்கி சுவரைப் பற்றிக் கொண்டு உடம்பு நகர்வதைப் போல அந்த உருவம் கீழ் பகுதிக்கு வேகமாக செல்வதைப் பார்த்து ஜோனாதனின் தண்டுவடம் சிலிர்த்தது.

அப்படி அவர் இறங்கிச் செல்லும் போது அவர் மீது வழக்கமாக கிடக்கும் கருப்பு அங்கி வெளவாலின் சிறகுகளைப் போல காற்றில் இங்குமங்கும் அலைந்து கொண்டிருந்தது.

இது என்ன அதிசயம்? உண்மையில் டிராகுலா பிரபு மனிதர் தானா? அல்லது மனித உருவில் வேறு ஏதாவது ஒரு உயிரா என்று பதட்டத்துடன் யோசித்தார்.

அதைப்பற்றி நினைக்க நினைக்க ஒட்டுமொத்த உடம்பும் கை கால்களும் நடுநடுங்கத் தொடங்கின.

டிராகுலா பிரபு உடும்பு போல கீழே இறங்கும் காட்சியைத் திரும்பவும் பார்த்தார். பிரபு அவ்வாறு சுமார் இருநூறு அடிதூரம் கடந்து திடும்மென மறைந்து போனதைப் பார்த்தால் ஏதோ ஒரு குகைக்குள்ளோ அல்லது சன்னலக்குள்ளோ போய் ஒளிந்திருக்க வேண்டும் என்று தோன்றியது.

எப்படியோ டிராகுலா பிரபு தற்போது இந்தக் கோட்டையை விட்டு வெளியேறியிருக்கிறார் என்பது திண்ணமாகியது. இந்த சமயத்தில நாம் கோட்டையின் மற்ற பகுதிகளை பார்த்து விட வேண்டியது தான் என்று முடிவு செய்தார்.

ஜோனாதன் தன்னுடைய அறைக்குச் சென்று ஒரு விளக்கை எடுத்துக் கொண்டு வெளியே வந்தார். எல்லா அறைகளும் பூட்டித் தாழ்ப்பாள் போட்டிருப்பதை பார்த்தபடி கருங்கல் படிக்கட்டு களில் இறங்கி வந்தார்.

அவர் ஏற்கனவே சென்றிருந்த விசாலமான பால்கனியை அடைந்த போது அந்த வாசலும் பூட்டப்பட்டிருப்பதைப் பார்த்தார்.

அந்த அறையின் சாவி ஒரு வேளை டிராகுலா பிரபுவின் அறைக்குள் இருக்கலாம். அதைக் கண்டு பிடித்து இந்த வாசலைத் திறக்க முடியு மானால் தப்பிச் செல்ல முடியும் என்று நினைத்தார்.

திடீரென ஒருவித துணிச்சலை வரவழைத்துக் கொண்டு கண்ணில் தென்பட்ட படிக்கட்டுகளிலெல்லாம் ஏறி இறங்கி நுழைய முடிந்த ஒவ்வொரு அறைகளிலும் நுழைந்து சோதனை செய்தார் ஜோனாதன்.

அந்த அறைகளிலெல்லாம் நூற்றாண்டு கலை பழமை வாய்ந்த தூசடைந்த கரையான் புற்று மேவியிருந்த நாற்காலிகள் தவிர வேறு ஏதும் இல்லை என்பதைத் தெரிந்து கொண்டார்.

அதன் பின்னர் மாடிப்படியின் மேல்புறத்திலிருந்த சிறிய அறை ஒன்றைக் கண்டுபிடித்தார். அதன் பூட்டியிருந்த கதவை ஓங்கி ஒரு உதை உதைத்த போது அது திறந்து கொண்டது. பின்னர் ஒரு வாசல் வழியாக அங்கிருந்து வெளியேறினார்.

தென்புறத்தில் வரிசையாக ஏராளமான அறைகள் இருந்தன. அவற்றின் ஜன்னல்கள் மேற்குப் புறமாக அமைக்கப்பட்டிருப்பதைக் கவனித்தார். கோட்டையின் மேற்குப்புறம் பெரிய தாழ்வாரமாக இருந்தது.

அதைத் தாண்டி உயர்ந்த மலை வரிசைகளும், செங்குத்தான பாறை களும் காணப்பட்டன.

ஜோனாதன் அப்போதுதான் நின்று கொண்டிருந்த இடத்தை சுற்றும் முற்றும் பார்த்தார். அது பழங்காலத்து அரண்மனையின் அந்தப்புரப் பெண்கள் வசித்த பகுதிபோல் இருக்க வேண்டும் என நினைத்தார்.

ஏனென்றால் அங்கே பளபளப்பான வீட்டு உபயோகப் பொருட் களும் அழகான ஜன்னல் திரைச் சீலைகள் போன்றவைகளும் அவற்றை அடையாளப்படுத்தின.

விளக்கு வெளிச்சத்தில் ஒவ்வொன்றாகப் பார்க்க பார்க்க ஜோனா தனின் நரம்புச் சிறைகளில் ஒருவிதமான நடுக்கம் பரவியது. தான் அப்போது நின்று கொண்டிருக்கும் அறை பத்தொன்பதாம் நூற்றாண்டில் வாழ்ந்த ஏதோ ஒரு அரசகுமாரியின் அறையாகத்தான் இருக்கும் என்பதை உணர்ந்த போது இன்னும் கூடுதலாக பயம் அவரைப் பற்றிக் கொண்டது.

தான் இங்கே வந்து மாட்டிக் கொண்டிருக்கும் பகுதியைப் பற்றி நினைக்க நினைக்க தலையைப் பிய்த்துக் கொண்டு ஓடிவிடலாம் போலத் தோன்றியது.

அன்றைய சம்பவங்கள் குறித்து டைரிக் குறிப்பு எழுதுவதற்காக தன்னுடைய அறைக்குத் திரும்பிச் சென்று எதை எதையோ எழுதி முடித்தாலும் டிராகுலா பிரபுவைப் பற்றிய ஆர்வம் மட்டும் குறைந்த பாடாயில்லை.

அவரது எச்சரிக்கையை மீறி செயல்பட்டால் தன்னை ஒரு அடிமையாக நடத்த முடிவு செய்துவிடுவார் என்று தோன்றியது.

தன்னுடைய அறையிலிருந்து எழுந்து புராதன காலத்து இளவரசிகள் தங்கியிருந்த அந்தப்புரப் பகுதிக்கு ஜோனாதன் சென்று அங்கேயே ஓய்வெடுக்க முடிவு செய்தார்.

அங்கே ராஜதோரணைமிக்க ஒரு பெரிய சோபா காணப்பட்டது. அதனைச் சுவரோடு சேர்த்து இழுத்துப் போட்டு படுத்தபடி வெளியே காணப்படும் பயங்கர அழகை பார்த்தார் ஜோனாதன்.

புராதனமான அந்த அறையில் படர்ந்து கிடந்த தூசியையும் நெடியையும் கண்டு கொள்ளாமல் படுத்துக் கிடந்தவர் எப்போது உறங்கினார் என்றே தெரியாமல் ஆழ்ந்து உறங்கிப் போனார்.

அங்கே திடும்மென ஒரு மெலிதான சப்தம் கேட்டு ஜோனாதன் விழித்த போது அங்கு அசாதரணமான ஒரு காட்சியைக் கண்டு நடுங்கிப் போனார்.

அந்த பால்கனியில் நிலவின் ஒளியை விட வெளிச்சமான மூன்று அழகிகள் அங்கே நின்று கொண்டிருந்தனர்.

அவர்களின் ஆடை அலங்காரங்கள் அவர்கள் மேல்தட்டு வர்க்கத்து குடும்பப் பெண்மணிகள் என்பதைப் பறைசாற்றின. தான் காண்பது கனவா நினைவா என்று நினைத்த ஜோனாதன் திரும்பவும் அவர்களை வெறித்துப் பார்த்தார்.

அப்போது அந்த மூன்று இளம் அழகிகளும் மெல்ல மெல்ல ஜோனாதனை நெருங்கினர். அவர்கள் நடந்து வந்த போது அந்த தூசு படர்ந்த தரையில் அவர்களது பாதத்தின் தடயம் ஏதும் பதிவாக வில்லை என்பதைக் கவனித்தார்.

மேன்மேலும் மிரண்டு கொண்டிருந்த ஜோனாதனால் தன்னுடைய உடம்பை படுத்த இடத்திலிருந்து ஒரு இம்மி கூட நகர்த்த முடிய வில்லை. உடம்பு முழுவதும் மரக்கட்டை போல அசைக்க முடியாத படி இருந்தது.

அந்த அழகிய இளம் பெண்கள் ஜோனாதனை நெருங்கிப் பார்த்த படி தங்களுக்குள் ஏதேதோ மந்திரம் போல பேசிக் கொண்டனர்.

கன்னங்கரிய விழிகளும் புறாவின் மூக்கைப் போன்று நீண்ட வளைந்த மூக்கையும் கொண்டு மாநிறத்தில் இரண்டு பெண்கள் தோற்றமளித்தனர். மற்றொருத்தி வீனஸ் தேவதை போல அப்படி யொரு அழகியாக தென்பட்டார். பவளம் போன்ற அதரங்களும் பளபளக்கும் பளிங்கு வரிசைப் பற்களுமாக அவர்களைப் பார்த்த மாத்திரத்தில் அவருக்குள் ஏதோ ஒரு விசை இழுக்க தன்னை அவர்கள் முத்தமிட மாட்டார்களா என்று ஏங்கினார்.

அப்போது தன்னுடைய நேசத்திற்குரிய காதலி மீனாவைக் கூட அவர் மறந்து விட்டார். அந்தப் பெண்கள் இவரைப் பார்த்து அச்சமயம் வாய் விட்டு சிரித்தனர்.

அந்தச் சிரிப்பு சாதாரண பெண்களின் சிரிப்பொலியாக இல்லை அது ஒரு சங்கீத ஒலியாக இருந்தது.

அந்த மூவரில் பேரழகியாக இருந்தவள் மற்ற இருவரையும் பார்த்து 'நீ முதலில் போ உனக்குப் பிறகு தான் நாங்கள் எப்போதுமே உனக்குத்தான் முதல் உரிமை' என்று கூறிய வார்த்தைகளைக் கேட்டு திடுக்கிட்டார் ஜோனாதன்.

அதற்கு அந்தப் பெண் 'நல்ல பலசாலியான இந்த மனிதரிடமிருந்து நம் அனைவருக்கும் தேவையான முத்தங்கள் கிடைக்கும்' என்று கூறினார்.

அவர்கள் பேசுவதையெல்லாம் ஜோனாதனால் கேட்க முடிந்ததே தவிர அவரால் வாயைத் திறந்து ஒரு வார்த்தை கூட பேச முடிய வில்லை.

ஏதோ ஒரு மோகவளையத்துக்குள் தான் சிக்கி மீள முடியாது நிற்பது போன்ற கனவில் இருப்பது மட்டும் அவரால் உணர முடிந்தது.

முத்தத்தை எதிர்நோக்கி அவர் கண்மூடிக் கிடந்த போது ஒரு அழகி தன்னுடைய முகத்துக்கருகில் முத்தமிட குனிந்தபோது வெப்ப மான மூச்சுக் காற்று பட்டதை உணர்ந்தார்.

சிரிப்பில் ஒரு சங்கீத சிணுங்கல் உணர்ந்ததைப் போல முத்தமிடும் அந்த மூச்சுக் காற்றில் இனிமையான ஒரு வாசனை தென்படும் என எதிர்பார்த்து கண்மூடியிருந்த ஜோனாதன் அவளது மூச்சுக்காற்றில்

கலந்திருந்த குமட்டலை ஏற்படுத்தக் கூடிய ரத்தத்தின் துர்நாற்றத்தை சுவாசித்த போது வெடவெடவென உடம்பெல்லாம் நடுங்கியது.

எத்தனை முறை முயற்சித்த போதும் அவரால் கண்ணைத் திறக்க முடியவில்லை. நடந்து கொண்டிருந்த எல்லாவற்றையும் உணர்ந்த நிலையில் ஒரு கட்டத்தில் அவர் கண்விழித்தபோது அந்தப் பெண் ஜோனாதனுக்கு மிகவும் நெருக்கமாக முழங்காலிட்டு சிவந்த நாக்கை தொங்கவிட்டு பசி மிகுந்த ஒரு ஓநாய் மாதிரி அவர் மீது சாயத் தொடங்கினாள்.

அவளது கண்கள் தீக்கங்குகளாக ஜொலித்தன. பசிமிகுந்த அவளது நாக்கு தன்னுடைய உதடுகளையும் பற்களையும் நனைக்கும் சத்தத்தை ஜோனாதன் உணர்ந்தார். மூளை மரத்துப் போகும் படியான ரத்தத்தின் துர்நாற்றம் அவரது மூக்கு துவாரங்களுக்குள் ஊடுருவுவது மட்டும் உணர்ந்தார்.

3

ஜோனாதனின் முகத்துக்கும், தாடைக்கும் இடைப்பட்ட பகுதியில் முகத்தை பதித்த அந்தப் பெண் சட்டென அவரது கழுத்துப் பகுதியில் உள்ள ரத்தக் குழாயின் மீது படிந்தது.

கூர்மையான வளைந்த அவளது இரண்டு பற்கள் அந்தக் கழுத்தின் மென்மையான தோலில் கூச்சம் ஏற்படுத்துவது போல துளைத்துக் கொண்டு ஊடுருவவும் செய்தன.

மயக்கம் நிறைந்த ஒரு பேரின்பமான சுகனுபவத்தில் ஒட்டு மொத்த தேகமும் சரணடைந்து அசைவின்றி அவர் கிடந்தபோது அவர் இதயம் மட்டும் வேக வேகமாக துடிக்கத் தொடங்கியது.

அசைவின்றி கிடந்த போதிலும் விறுக்கென மறுநொடியில் தன்னை மறந்த ஆவேசத்தில் ஜோனாதன் துடித்தார்.

அடுத்த நிமிடமே ஒரு சூறாவளி போல டிராகுலா பிரபு அங்கு வந்து சேர்ந்தார். அந்த அழகிய பெண் மீது பாய்ந்த அவர் அவளது கழுத்தைப் பற்றி உயர்த்தி பின்புறமாக இழுத்தார்.

பிரபுவின் இரண்டு கண்களும் கோபத்தில் நெருப்புத் துண்டமாக

ஜொலித்தன. அவரது முகத்தசைகள் மிகவும் இறுக்கமாக முறுக்கேற அவரது உதடுகளின் இரண்டு பக்கங்களிலும் நீண்டு வளைந்த கோரைப் பற்கள் முழுமையாக வெளியில் தெரிந்தது.

சீற்றம் பொங்கிய டிராகுலா பிரபு அந்தப் பெண்ணை பலம் கொண்ட மட்டும் வெகுதொலைவில் தூர வீசி எறிந்தார். மற்ற இரண்டு பெண்களையும் விரட்டியடிக்க கைகளை வீசியபோது, இந்த கோட்டைக்கு வரும் வழியில் அந்த வண்டிக்காரர் ஓநாய்களை விரட்டுவதற்காக கைகளை வீசிய காட்சிதான் நினைவுக்கு வந்தது.

"உங்கள் யாருக்கும் இவரைத் தொடுவதற்கு உரிமையில்லை. இவர் எனக்கு மட்டுமே சொந்தமானவர். உங்களை எச்சரிக்கிறேன் இவரைத் தொடக்கூடாது. அப்படி மீறி நீங்கள் இவரைத் தொடுவதாக இருந்தால் எனக்கு பதில் சொல்லியே தீர வேண்டும்" என்று அந்த கோட்டையே கிடுகிடுங்கும் குரலில் டிராகுலா பிரபு கர்ஜித்த போது 'எங்களுக்கு உரிமை இல்லை என்றா கூறுகிறீர்கள்?' என்று ஒருத்தி கேட்டாள்.

"ஆம் நிச்சயமாக உங்களுக்கு இப்போது கிடையாது. இவரிடம் எனக்கு முடிய வேண்டிய வேலைகள் இன்னும் இருக்கிறது. அதுவரை உங்களுக்கு இவரிடம் உரிமையில்லை. அதன் பின்பு நானே இவரை உங்களுக்கு கொடுக்கிறேன் நீங்கள் இப்போது போலாம். இவரை நான் உடனடியாக எழுப்ப வேண்டும்" என்று டிராகுலா பிரபு கூறினார்.

"எங்களுக்கு இந்த இரவில் எதுவுமே கிடையாது என்றா கூறுகிறீர்கள்? அந்த இளைஞனை நாங்கள் ஒரு தடவை முத்தமிடக் கூட நீங்கள் அனுமதிக்கக் கூடாதா?" என்று உதடுகளை நனக்கனல் நக்கித் துடைத்தபடி ஒருத்தி கேட்டாள்.

அதனைக் கேட்டு ஆத்திரமடைந்த டிராகுலா பிரபு தன் கையிலிருந்த ஒரு சாக்கு மூட்டையை அவர்களை நோக்கி வீசி எறிந்தார்.

அந்தச் சாக்குப் பைக்குள் ஏதோ உயிருள்ள ஜீவன் இருப்பது மட்டும் தெரிந்தது. மிகுந்த வேதனையுடன் அந்த மூட்டைக்குள் அது துடிப்பது தெரிந்தது.

அந்த இளம் பெண்கள் பரபரப்புடன் அந்த சாக்கு மூட்டை யைப் பாய்ந்து பிடிப்பதை ஜோனாதன் மிரட்சியுடன் பார்த்தார்.

அந்தச் சாக்கு மூட்டைக்குள் பச்சிளக்குழந்தையின் முனகல் சத்தம் தெளிவாகக் கேட்டது. அந்த ரத்தக் காட்டேறிகள் ஆவேசமாக அந்த சாக்கு மூட்டையை நெருங்குவதை பார்த்தார் ஜோனாதன்.

அடுத்த கணமே அந்த ரத்தக் காட்டேரிகள் சாக்கு மூட்டையுடன் மறைந்து போயினர். அப்படியே மயங்கிப் போன ஜோனாதன் கண் திறந்த போது தன்னுடைய அறையில் தான் எப்போதும் வழக்கமாக படுத்திருக்கும் கட்டிலில் படுத்திருப்பதை நினைத்து வியப்படைந் தார். நடந்ததெல்லாம் கனவா என்று நம்ப முடியவில்லை.

தன்னை அந்த அறையில் கொண்டு வந்து படுக்க வைத்து பணிவிடை செய்தது டிராகுலா பிரபு தான் என்பதை நினைக்கும் போது சந்தோஷமாக இருந்தது.

தன்னுடைய பாக்கெட்டைத் தடவிப் பார்த்த போது டைரி மற்றும் சில பொருட்கள் அப்படியே இருப்பதைப் பார்த்து நிம்மதியடைந் தார்.

அந்த டைரியை டிராகுலா பிரபு பார்த்திருந்தால் கண்டிப்பாக அதை அழித்திருப்பார். அந்த டிராகுலா கோட்டையைப் பற்றி தன் னுடைய குறிப்புகளை பார்த்திருந்தால் ஒருவேளை தன்னுடைய உயிருக்கு கூட ஆபத்தை உண்டாக்கலாம் எப்படியோ உயிர் தப்பியது அதிர்ஷ்டம் தான்.

இரவு முழுவதும் நடந்த நிகழ்ச்சிகளை ஒன்றன்பின் ஒன்றாக கோர்வையாக நினைத்துப் பார்த்த போது அந்த அழகிகள் பற்றிய நினைவு மனதை அலைக்கழித்தது.

இரவில் பார்த்த அந்த சம்பவம் நடந்த அறைப்பகுதியை பகல் வெளிச்சத்தில் இன்று பரிசோதனை செய்ய முடிந்தால் நல்லது என்று நினைத்தார்.

அப்படியே தன்னுடைய அறையிலிருந்து வெளியேறிய ஜோனாதன் கீழே இறங்கிச் சென்று அந்த அறைப்பக்கம் வந்து நின்றார்.

எப்போதும் திறந்து கிடக்கும் அந்த அறை புதிய தாழ்ப்பாள் போட்டு பூட்டப்பட்டிருப்பதைப் பார்த்து திடுக்கிட்டார். அப்படி யென்றால் இரவில் நடந்தது கனவல்ல நிஜம் தான். மெல்ல உடம்பு முழுவதும் ஒருவிதமான அதிர்வு பரவியது.

எப்படியாயினும் இந்த இடத்திலிருந்து ஒரு போதும் தப்பித்து செல்ல முடியாதபடி ஒரு பேராபத்தில் சிக்கியிருக்கிறோம் என்பது உண்மை.

அன்றைக்கு ராத்திரி அவரது அறைக்குள் எந்தவித முன்னறிவுப்பு மின்றி திடுமென நுழைந்த டிராகுலா பிரபு வேறு எதுவும் பேசாது உடனே கடிதம் எழுதச் சொன்ன போது ஜோனாதனுக்கு அவரது சந்தேகம் வலுவடைந்தது.

முதல் கடிதத்தில் அவருடைய பணிகள் அனைத்தும் முடிந்து விட்ட தாகவும் உடனே தான் புறப்படுவதாகவும் எழுதும்படி கூறினார். ஜோனாதன் அவ்வாறே எழுதி முடித்தபோது இரண்டாவது கடிதத்தில் தான் அந்த கோட்டை வாசகத்தை முடித்துக் கொண்டு மறுநாள் காலையிலேயே ஊருக்கு கிளம்புவதாகவும் எழுதும்படி கூறினார்.

பிரபு கூறியபடி மறுப்பேதும் கூறாமல் ஜோனாதன் எழுதினார். எதற்காக இத்தனை அவசரம் அவசரமாக தன்னை அவ்வாறு கடிதம் எழுதச் செய்தார் என்பது விளங்கவில்லை.

இரண்டாவது கடிதத்தில்தான் அந்த கோட்டையை விட்டுக் கிளம்பி பிஸ்ட்ரீட்ஸை அடைந்து விட்டோம் என்று எழுதச் சொன்னபோது ஜோனாதனின் கை நடுங்கியது.

முதல் கடிதத்தில் பன்னிரண்டாம் தேதியும் இரண்டாவது கடிதத்துக்கு பத்தொன்பதாம் தேதியும் மூன்றாவது கடிதத்துக்கு இருபத்தொன்பதாம் தேதியும் எழுதி டிராகுலா பிரபுவே கடிதங் களை மடக்கி உறைக்குள் போட்டார்.

டிராகுலா பிரபுவுடன் இதுதொடர்பாக இப்போது முரண்படுவது புத்திசாலித்தனமல்ல என்பது ஜோனாதன் அறிவார். அவருடன் பகைமை கொண்டால் அது ஆபத்தில் முடியும் என்பதால் கடிதம் எழுதுவதில் அவர் தயக்கம் ஏதும் காட்டவில்லை.

ஆனால் பிரபு எழுதிய அந்த மூன்று தேதிகளைப் பார்த்ததும் தான் ஜோனாதனின் நம்பிக்கைகள் யாவும் உடைந்து தூள் தூளாயின. தொண்டை முதல் பாதம் வரை நடுநடுங்க கடவுளை மனமுருகப் பிரார்த்தனை செய்தார்.

ஒரு நிரபராதி தன்னுடைய மரணத் தேதியை அறிந்து கொண்டால் எப்படி புலம்புவானோ அவ்வாறே புலம்பினார்.

எப்படியாவது அந்த இடத்தை விட்டு தப்பித்துச் சென்று விட வேண்டும் என முடிவு செய்து ஒரு வழியையும் கண்டுபிடித்தார்.

அந்த டிராகுலா கோட்டையின் முன்பகுதியில் சிறிது தூரத்தில் அந்தக் கூட்டத்தைச் சேர்ந்த ஜிப்ஸிகள் கூடாரம் அடித்து அமைந் திருந்தனர்.

எந்த வித மூடநம்பிக்கைகளும் இல்லாதவர்கள் இவர்கள். தங்கள் கூட்டத்திலுள்ள உயர்ந்தவர் ஒருவரை மட்டும் இவர்கள் வணங்கு வார்கள்.

இந்தக் கூட்டத்தினரிடம் தன்னைப் பற்றிய விபரங்களை கடிதத்தில் எழுதி தன்னுடைய வீட்டாருக்கு கிடைக்குமாறு செய்துவிடலாம் என்று ஜோனாதன் கருதினார்.

தான் இத்தகைய ஆபத்தில் சிக்கி இருக்கும் தகவல் மட்டும் எப்படி யாவது தன்னுடைய நாட்டவருக்கு கிடைத்து விட்டால் நிச்சயம் தன்னைக் காப்பாற்றி விடுவார்கள் என்ற நம்பிக்கை ஏற்பட்டது.

தான் இங்கிருந்தவாறே ஜன்னல் வழியாக அந்த ஜிப்ஸிகளிடம் அறிமுகம் செய்து கொண்டு பேசிப் பழகினால் நிச்சயம் அவர்கள் அந்த உதவியை செய்வார்கள் என்று நம்பினார்.

சன்னல் வழியாக சில தங்க நாணயங்களை ஜோனாதன் அவர்களை நோக்கி வீசியதுடன் தாம் எழுதிய கடிதங்களையும் அவர்களிடம் ஒப்படைத்தார்.

தபால் பெட்டியில் போட்டு விடுமாறு சைகையில் ஜோனாதன் தெரி வித்தார். ஒரு பெரிய வேலையை சுலபமாக முடித்துவிட்ட திருப்தி யுடன் தனது அறைக்கு திரும்பி ஒரு புத்தகத்தில் தன்னுடைய வாசிப்பைத் துவங்கினார்.

நீண்ட நாட்களுக்கு பிறகு இப்போதுதான் ஒருவித நிம்மதியும் மகிழ்ச்சியும் அவருக்குள் ஏற்பட்டது.

தன்னுடைய அன்புக்குரிய மீனாவுக்கு எழுதிய கடிதத்தில் கோட்டை சம்பவங்கள் எதையும் குறிப்பிடவில்லை. வீணாக அவள் மிரண்டு போவாள் என்று தவிர்த்து விட்டார்.

ஆனால் தன்னுடைய முதலாளி ஹாக்கின்ஸ்க்கு எழுதிய கடிதத்தில் விலாவரியாக எல்லாவற்றையும் எழுதினார். அது அவருக்கு மிகவும் ஆறுதலாக இருந்தது.

ஆனால் அந்த ஆறுதல் இத்தனை சீக்கிரம் அற்ப ஆயுளில் முடிந்து விடும் என்று ஜோனாதன் நினைக்கவேயில்லை.

ஜோனாதன் ஜிப்ஸிகளிடம் வீசியெறிந்த அந்த இரண்டு கடிதங்களுடன் கோபாவேசமாக டிராகுலா பிரபு அந்த அறைக்குள் நுழைந்தார். அவரது இரண்டு கண்களிலும் தீயின் ஜீவாலை தென்பட்டது.

நுழைந்த வேகத்தில் 'நீங்கள் எழுதியவை தானே இந்த இரண்டு கடிதங்களும்? ஜிப்ஸீகள் என்னிடம் கொடுத்தார்கள். தக்க நடவடிக்கை இதற்கு எடுக்கிறேன்.'

சிறிதுநேரம் கோபத்துடன் அங்குமிங்கும் உலாவியபடி கர்ஜித்தவர் முகபாவத்தை சட்டென மாற்றிக் கொண்டு "இந்தாருங்கள். ஹாக்கின்ஸீக்கு எழுதிய கடிதத்தை நீங்களே அனுப்பிக் கொள்ளலாம். இந்தக் கடிதத்தை பிரித்ததற்காக என்னை மன்னித்து விடுங்கள். நீங்களே அதனை மீண்டும் ஒட்டி விலாசம் எழுதித் தாருங்கள்" என்றார்.

அதன் பின்னர் டிராகுலா பிரபு வெளிக் கதவை தாழ்போட்டு விட்டு வெளியே செல்வது தெரிந்தது. இரண்டு மணிநேரம் கழித்து அங்கே வந்த டிராகுலா பிரபு ஜோனாதன் உறங்குவதைப் பார்த்து திடுக்கிட்டு "ஓ நீங்கள் களைப்பாக இருக்கிறீர்களா? சரி நன்றாக ஓய்வு எடுத்துக் கொள்ளுங்கள். எனக்கு இன்று நிறைய வேலைகள் இருக்கிறது. ராத்திரியில் இன்று நாம் பேசிக் கொள்ள முடியாதென்று நினைக்கிறேன்" என்று கூறினார்.

டிராகுலா பிரபு சென்றபின் ஜோனாதன் களைப்பு நீங்க நன்றாக உறங்கி காலையில் எழுந்தார். தன்னுடைய ஊருக்கு கடிதம் எழுதலாமென்று நினைத்த போது ஜோனாதனுடைய அனைத்துப் பொருட்களும் அங்கே காணாமல் போய்விட்டிருந்தது.

அது நிச்சயம் டிராகுலா பிரபுவின் வேலையாகத்தான் இருக்க வேண்டுமென்று முடிவு செய்தார்.

மறுநாள் அந்த கோட்டை வழியாக எட்டுகுதிரைகள் பூட்டப்பட்ட இரண்டு சாரட் வண்டிகள் போவதைப் பார்த்து விட்டு எப்படியாவது அதில் தப்பித்து சென்றுவிட நினைத்த போது வெளிக்கதவு பெரிய பூட்டு போடப்பட்டிருப்பது கண்டு அசைவின்றி அப்படியே சிறிது நேரம் நின்றார்.

மாடிப்படிகள் வழியே வேகமாக ஏறிச்சென்று மேலே இருந்து அந்த குதிரை வண்டிக்காரர்களை சத்தம் போட்டு, அழைத்த போது அவர்கள் அவனைப் பார்த்து தங்களுக்குள் கேலியாக சிரித்து பேசிக் கொண்டனர்.

அந்த வண்டி நிறைய நீண்ட சதுரப் பெட்டிகள் ஏராளம் அடுக்கி வைக்கப்பட்டிருந்தன. அந்தக் குதிரைகள் அவற்றை மிகவும் சுலபமாக இழுத்துச் சென்ற தன்மையிலிருந்தே அவையத்தனையும் காலிப் பெட்டிகள் என்பது முடிவாயிற்று.

அந்தப் பெட்டிகள் எல்லாவற்றையும் அந்தக் கோட்டையின் பின்புறத்திலுள்ள முற்றப்பகுதியில் அவர்கள் அடுக்கிவைப்பதையும் ஜோனாதன் பார்த்தார்.

டிராகுலா பிரபு அன்றைக்கு ராத்திரியிலும் ஜோனாதனை தனியே விட்டு விட்டு தன்னுடைய அறைக்கு சென்று கதவை தாழிட்டுக் கொண்டார்.

அவருடைய நடவடிக்கைகளை எப்படியாவது அறிய வேண்டும் என்ற ஆர்வத்தில் தைரியமாக மாடிப்படி வழியாக மேலே வந்தார் ஜோனாதன்.

அந்தக் கோட்டைக்குள் புதிது புதிதாக ஏதேதோ நிகழ்ச்சிகள் நடந்து வருவது மட்டும் புரிந்தது. நீண்ட மண்வெட்டிகளைக் கொண்டு

யாரோ மண்ணைக் கிளறிவிடும் சத்தம் கேட்டுக் கொண்டே யிருந்தது.

வெகுநேரம் ஜோனாதன் அந்த ஜன்னலருகில் நின்றபடி அங்கே கூர்ந்து பார்த்துக் கொண்டிருந்தவர் சட்டென திரும்பி டிராகுலா பிரபு அறைபக்கம் பார்த்த போது அந்த அறையின் ஜன்னல் கம்பி வழியே யாரோ ஒருவர் வெளியேறியது தெரிந்தது.

அவர் டிராகுலா பிரபு தான் என்பது புரிந்தது. ஆனால் அணிந்திருந்த உடை தான் பயணம் செய்தபோது அணிந்திருந்த உடை என்பதைப் பார்த்து திடுக்கிட்டுப் போனார் ஜோனாதன். ஒருநாள் அந்த மூன்று பெண் பிசாசுகள் டிராகுலா பிரபுவிடமிருந்து பறித்துச் சென்று சாக்கு மூட்டையை அவர் தோளில் தொங்கவிட்டிருப்பதும் தெரிந்தது. ஜோனாதனுக்கு அதைக்கண்டு மிகுந்த பயம் ஏற்பட்டது.

ராத்திரி நேரங்களில் அந்தக் கோட்டையை விட்டு வெளியேறி டிராகுலா பிரபு நடத்தி வரும் குரூரக் குற்றச் செயல்களுக்கு ஜோனாதனை பொறுப்பாளியாக்கும் அவரது திட்டம் புரிந்த போது மிகவும் கலக்கமுற்றுப் போனார். தன்னைச் சிறைக்கைதி போல் இருக்கச் செய்து தொடர்ந்து அவர் அத்தகைய குரூரச் செயல் களில் ஈடுபடும் திட்டம் தெளிவாகியது.

டிராகுலா பிரபு திரும்பி வரும்போது அது குறித்து பேச வேண்டும் என்ற எதிர்பார்ப்புடன் ஜோனாதன் அந்த சன்னலருகில் தன்னை ஏதோ ஒரு பயங்கரம் சூழ்ந்து கொண்டிருப்பதாக கால்கள் வெட வெடத்தன.

அந்த முற்றப் பகுதியில் அன்று பார்த்த அதே இளம் பெண் பிசாசுகள் வந்து நின்று கொண்டிருப்பதைப் பார்த்து அன்றைய தினத்தைப் போலவே மயங்கி விழக்கூடிய சூழ்நிலை உருவாவது போல் தெரிந்தது.

வெகு விரைவாக தன்னுடைய அறைக்குச் சென்று கதவைத் தாழிட்டுக் கொண்டார். தன்னுடைய மூச்சிரைக்கும் சத்தத்தைக் கட்டுப்படுத்திக் கொண்டு காதுகளை கூர்ந்து வைத்த போது டிராகுலா பிரபுவின் அறைக்குள்ளிருந்து ஒருவிதமான வேதனைக் குரல் உயர்ந்து படிப்படியாக குறைந்து மறைந்தது.

தன்னுடைய உயிருக்கு பாதுகாப்பற்ற நிலையில் தன்னுடைய சுதந்திரம் அனைத்தும் பறிப்போய் இருந்த நிலைமை நினைத்து படுக்கையில் படுத்தபடி நெஞ்சு வலிக்குமளவு அழுது தீர்த்தார்.

சில நிமிடங்களில் கோட்டை வாசலில் யாரோ ஒரு பெண்மணி அழும் குரல் கேட்டு ஜன்னல் வழியே பார்த்தார்.

தலைவிரி கோலத்தில் மோசமான தோற்றத்தில் ஒரு பெண்மணி மார்பில் அடித்துக் கொண்டு அழுதாள்.

ஜோனாதனை ஜன்னல் வழியாகப் பார்த்து விட்டு தன்னுடைய ஒட்டு மொத்த கோபத்தையும் ஒன்று திரட்டி உரத்தக் குரலில் திட்டினாள்.

"அடேய் சைத்தானே கேடு கெட்டவனே என் குழந்தையை எனக்கு குடுடா" என்று அந்த கதவுக்கு வெளியே முழங்காலிட்டு நின்றபடி மிகவும் பரிதாபமாக அலறிக் கொண்டே இருந்தாள். சில சமயம் துக்கம் தாளாது அந்தக் கோட்டைச் சுவர் கதவில் தன்னுடைய தலையை மோதிக் கொண்டாள்.

அப்போது திடும்மென்று டிராகுலா பிரபுவின் உரத்த சத்தம் கேட்டது. அவரது குரலை கேட்ட மாத்திரத்தில் தொலை தூரத்தி லிருந்து பெருத்த ஊளைச் சத்தத்துடன் கணக்கிலடங்கா ஓநாய்கள் கட்டவிழ்த்து விடப்பட்ட மந்தை மாதிரி அந்த கோட்டை வாச லுக்கு பாய்ந்து வந்தன.

அந்த இரக்கத்திற்குரிய பெண்மணியின் வேதனை மிக்க வீறல் சத்தம் உயர்ந்து மெல்ல மெல்ல காற்றில் கலந்து அடங்கியது. அந்த ஓநாய்கள் நாக்கால் உதடுகளை ஒருவித திருப்தியுடன் நக்கியபடி திரும்பிச் சென்று விட்டன.

ஜோனாதன் அந்த துயரக்காட்சியினைக் கண்டு மிகவும் வருந்திக் கண்கலங்கினார். பாவம் அவரால் வேறு என்ன செய்ய முடியும்!

4

மற்றவர்கள் யாவரும் விழித்திருக்கும் பொழுதுகளில் தான் உறங்குவதும் அவர்கள் உறங்கும் நேரத்தில் தான் விழித்திருப்பதும் டிராகுலா பிரபுவின் பழக்கமாக இருந்தது.

பகல் நேரத்தில் டிராகுலா பிரபுவை எத்தனை முயன்றும் பார்க்க முடியவில்லை. எப்படியாவது அவரை பகல் நேரத்தில் அவரது அறைக்குள் நுழைந்து பார்த்து விட வேண்டும் என ஜோனாதன் முடிவு செய்தார்.

டிராகுலா பிரபு ஜன்னல் வழியாக பல்லி மாதிரி ஊர்ந்து செல்வாரே அது போலவே தாமும் செல்ல வேண்டியதுதான்.

ஆபத்தான முயற்சி தான் அது என்றாலும் அதனை எப்படியாவது செயல்படுத்தி பார்க்க வேண்டியதுதான்.

மிகுந்த சிரமத்துடன் டிராகுலா பிரபுவின் அறை ஜன்னல் பகுதிக்கு ஜோனாதன் சென்றடைந்தார். அங்கிருந்த கருங்கல திட்டில் காலைப் பதித்தபடி கதவைத் திறப்பதற்கு முயற்சி செய்தார்.

டிராகுலா பிரபு எங்காவது தென்படுகிறாரா என்று சுற்றுமுற்றும் பார்த்த போது இல்லை என்பது தெரிந்தது.

அங்கிருந்த மேஜை நாற்காலி யாவும் மிகவும் தூசடைந்து பயன் படுத்தப்படாது இருப்பதை கண்டார். அந்த அறையின் மூலையில் தங்க நாணயங்கள் குவிந்து கிடந்தன.

அந்த அறையிலிருந்து மற்றொரு வாசல் தெரிந்தது. அதன் வழியாக சுரங்கம் போன்ற ஒரு பகுதிக்குள் ஜோனாதன் சென்றார்.

அந்தச் சுரங்கப் பகுதியில் இருந்த ஈரமான மண்ணைக் கிளறியதால் குடலைப் புரட்டும் துர்நாற்றம் கிளம்பியது.

அதனைத்தாண்டி நாற்றத்தை சகித்துக் கொண்டு சென்றபோது கடைசியாக ஒரு வாசல் பகுதி தெரிந்தது. அதைத் திறந்தபோது தான் அந்தப் பகுதி ஒரு இடுகாடு என்று தெரிந்தது.

அந்த மண் முழுவதும் ஜிப்ஸீகளிடம் வாங்கிய அந்த மரப்பெட்டி களில் நிரப்பப்பட்டிருக்கலாம் என்று ஜோனாதன் அனுமானித்துக் கொண்டார்.

அங்கிருந்த அந்த அறைகளில் எட்டிப் பார்த்த போது பயத்தினால் ஜோனாதனின் இதயத் துடிப்பே நின்று போனது.

நீண்ட நாட்கள் இற்றுப் போயிருந்த சவப்பெட்டிகளின் மிச்ச மீதிகள் அங்கே கிடந்தன. அடுத்த அறையில் எட்டிப் பார்த்த போது சப்த நாடியும் அடங்கிப் போனார் ஜோனாதன்.

அது அத்தனை பயமேற்படுத்தக் கூடிய காட்சியாக இருந்தது. அந்தக் கல்லறைக்குள் இருந்த பெட்டிகள் ஒன்றில் புதியதாக அள்ளிக் கொண்டு வந்து போடப்பட்ட அந்த மயான மண்குவியல் மீது டிராகுலா பிரபு படுத்திருந்தார்.

அவர் உறங்குகிறாரா அல்லது இறந்து விட்டாரா என்று ஜோனா தனுக்குள் சந்தேகம் எழுந்தது. அவருக்கு மரணம் என்பதே கிடை யாது என்பதை ஜோனாதன் புரிந்து கொண்டார்.

டிராகுலா பிரபுவின் முகத்தில் ஒரு உயிர்த்தெறியும் உதடுகளில் சிவப்பும் காணப்பட்டது. ஆனால் மூச்சு விடும் சத்தமோ இதயத்

துடிப்போ அன்றி அவர் காணப்பட்டார். எந்த அசைவும் இல்லை.

புது மண்ணின் மணம் அப்போது ஈரத்துடன் காற்றில் அலைந்தது வைத்துப் பார்த்தால் டிராகுலா பிரபு அங்கு வந்து படுத்து அதிக நேரம் ஆகியிருக்காது என்பது உறுதியாகியது.

அந்த டிராகுலா கோட்டையிலிருந்து வெளியேறுவதற்கான சாவி அவரிடத்தில் அவரது பாக்கெட்டில் தானே இருக்கும் என்பதை சோதிக்க நினைத்த ஜோனாதன் அப்படியே அலறியப்படி நகர்ந்தார்.

டிராகுலா பிரபு ஜோனாதனை அப்போது கண்களை துருத்தியபடி வெறித்துப் பார்த்துப் பார்த்துக் கொண்டிருந்தார். எத்தனை சீக்கிரம் அந்த இடத்திலிருந்து தப்பிக்க வேண்டுமோ அத்தனை சீக்கிரம் தப்பிக்க வேண்டும் என்று நினைத்தார்.

அவ்வாறே ஜோனாதன் விரைந்து நடந்து அந்த பாறைச் சுவரைப் பற்றியபடி மேற்புறமாக ஏறி தன்னுடைய அறைக்குள் நுழைந்து கொண்டார்.

ஜோனாதன் ஊருக்கு செல்வதாக டிராகுலா பிரபு எழுதிய மூன்றாவது கடிதத்தில் குறிப்பிட்ட தேதியும் வந்தது. அவரை நம்ப வைப்பதற்காக ஜோனாதன் அந்த கோட்டையை விட்டு பயணம் செல்ல விருப்பதற்கான ஏற்பாடுகளை பிரபு மேற்கொண்டிருந்தார்.

பல்லியைப் போல சுவரில் ஊர்ந்து செல்லும் டிராகுலா பிரபுவின் உயிரைப் பறிப்பதற்கான ஒரு சிறு ஆயுதம் கூட தன்னிடம் இல்லையே என்று வருந்தினார் ஜோனாதன்.

ஆனால் எந்த ஆயுதத்தாலும் அத்தனை எளிதில் அவரது உயிரைப் பிடுங்க முடியாது என்பதும் ஜோனாதனுக்குத் தெரியும்.

ரத்தவெறி கொண்டு அலையும் அந்த மூன்று பெண்பிசாசுகளும் எந்த நேரத்தில் எங்கேயிருந்து பாயுது என்று தெரியவில்லை. ஆகையால் தன்னுடைய படுக்கையறைக்குத் திரும்பிவர தூக்கம் வரும் வரை எதையாவது வாசித்துக் கொண்டிருக்கலாமே என்று நினைத்தார்.

திடும்மென்று டிராகுலா பிரபுவின் தடித்த குரல் குரலைக் கேட்டு நன்றாக உறங்கிக் கொண்டிருந்த ஜோனாதன் எழுந்தார். அவர் கோபத்தில் உச்சத்தில் இருந்தார் என்பதை அவரது முகம் காட்டிக் கொடுத்தது.

"நண்பரே! நாளைக்கு நாம் இருவரும் பிரிய இருக்கிறோம். உங்களுடைய அழகான இங்கிலாந்து நாட்டுக்கு நீங்கள் திரும்பிச் செல்லுங்கள். நாம் இனிமேல் சந்திக்க வாய்ப்பு இல்லாது போகலாம். நாளைக்கு ஒரு வண்டி வரும் அதில் நீங்கள் போர்கோ கணவாய் வரை போகலாம். பின்னர் அங்கிருந்து உங்களை பிஸ்ட்ரீட் கொண்டு போய்ச் சேர்க்க புக்சேனவினாவிலிருந்து ஒரு சாரட் வரும்" எனறு டிராகுலா பிரபு கூறினார்.

ஆனால் அந்த வார்த்தைகளில் உண்மை சிறிதும் இல்லை என்பது தெரிந்ததால் ஜோனாதனுக்கு அது ஆறுதலளிக்கவில்லை.

இருந்த போதிலும் ஜோனாதன் அவரைப் பார்த்து "எதற்காக பயணத்தை நாளைக்கு தள்ளிப் போட வேண்டும். இந்த இரவிலேயே புறப்படக் கூடாதா?" என்று கேட்டார்.

"என்னுடைய வண்டி இங்கிருந்தால் அது சாத்தியம். அது வெளியே சென்றிருக்கிறது" என்று தடித்த குரலில் பதிலளித்தார் டிராகுலா பிரபு.

"பரவாயில்லை எனக்காக தாங்கள் வண்டியை வரவழைக்க வேண்டியதில்லை. எத்தனை விரைவாக நான் நடந்து செல்ல முடியுமோ அத்தனை விரைவாக நான் நடந்தே செல்கிறேன் அது தான் எனக்கு மகிழ்ச்சி."

அதனைக் கேட்டு வஞ்சகமாக சிரித்த டிராகுலா பிரபு "ஓகே நண்பரே அப்படியே ஆகட்டும். உங்களை விட்டு பிரிவது எனக்கு வருத்தமளித்தாலும் உங்களது ஆசைக்கு எதிராக நான் நடக்க விரும்பவில்லை" என்றார்.

அப்படிக் கூறிவிட்டு சடேரென தன்னுடைய கைவிளக்கை எடுத்துக் கொண்டு மாடிப்படிகளில் இறங்கி கீழ்ப்புறமாகச் சென்று விட்டார்.

அதே சமயம் மிகுந்த பரபரப்புடன் ஜோனாதன் தன்னுடைய பெட்டிகளைத் தூக்கிக் கொண்டு அவரது அறையிலிருந்து வெளியேறி சற்றுத் தொலைவு வந்தபோது அவருக்கு முன்பாக ஏராளமான ஓநாய்கள் உரத்த சத்தமுடன் ஊளயிட்டதைக் கண்டு அப்படியே அதிர்ந்து போய் நின்று விட்டார். இது முழுக்க முழுக்க டிராகுலா பிரபுவின் ஏற்பாடுதான் என்பது விளங்கியது.

அதன் பின்பு எதுவுமே நடக்காதது போல முன்னால் சென்ற டிராகுலா பிரபு அந்த கருங்கல் கோட்டையின் தாழ்ப்பாளை நீக்கி கதவைத் திறந்தபோது ஓநாய்கள் கூட்டம் கூட்டமாக கதவின் முன்புறம் அணி திரள ஆரம்பித்தது.

அந்த சமயத்தில் டிராகுலா பிரபுவுக்கு கட்டுப்படுவதைத் தவிர ஜோனாதனுக்கு வேறு வழி தெரியவில்லை. "சரி நீங்கள் கூறிய படியே விடிந்தவுடன் செல்லலாம் இப்போது அந்தக் கதவை மூடுங்கள்" என்று சத்தமாக ஜோனாதன் கூறினார்.

டிராகுலா பிரபு கதவை மூடிய பின்பு இருவரும் ஒருவார்த்தையும் பேசாமல் அவரவர் அறைக்கு சென்று விட்டனர்.

சிறிது நேரத்தில் கதவுக்கு வெளியே யாரோ பேசிக் கொள்ளும் ரகசியக் குரல்கள் கேட்டதை உணர்ந்தார். விளக்கை ஏற்றாமலேயே மெல்ல கதவை நெருங்கி காதுகளைக் கூர்மையாக்கி பேச்சைக் கவனித்தார்.

டிராகுலா பிரபுவின் குரல் கேட்டது. உடன் பேசிய குரல்கள் அந்த ரத்தக் காட்டேறிகள் மூன்று பேர்களுடையது என்பதையும் புரிந்து கொள்ள முடிந்தது.

"இன்றைக்கு தயவு செய்து திரும்பிப் போய் விடுங்கள். இன்னும் உங்களுக்கான நேரம் கனியவில்லை. நாளைய இரவு கண்டிப்பாக உங்களுடையது தான்." என்ற டிராகுலா பிரபுவின் வார்த்தைகளை யடுத்து கிளுகிளுப்பு ஏற்படுத்தும் அவர்களின் சிரிப்புச் சத்தம் கேட்டது.

ஜோனாதனுக்கு பயத்துக்கு பதிலாக அடக்கமுடியாத கோபம் தலைக்கேற படீரென கதவைத் திறந்தார்.

ரத்த தாகம் கொண்ட அந்தப் பெண் பிசாசுகள் கொள்ளிவாய் கண்களோடு கள்ளத்தனமான புன்னகையோடு நின்று கொண்டிருந் தன. ஜோனாதனைப் பார்த்த மாத்திரத்தில் அந்தப் பிசாசுகள் அவருடைய அறைக்குள் பாய்ந்து நுழைய முற்பட்டன.

ஆனால் அவர் கழுத்திலிருந்த ஜபமாலை தடுக்க அவைகள் உள்ளே நுழையாமல் பின்வாங்கி வெளியேறி விட்டன. அந்த ஜெபமாலை போட்ட மூதாட்டியை நன்றியோடு இப்போது நினைத்துக் கொண் டார்.

பின்னர் கதவைச் சார்த்திவிட்டு கட்டிலில் அமர்ந்தவர் வாய்விட்டு அழுது பிரார்த்தனை செய்தார். இந்த இரவுக்கு பின்னால் தன்னால் உயிர் வாழவே முடியாதா என்ற பயம் சூழ்ந்தது.

தொலைவில் எங்கோ சேவல் கோழிகள் கூவும் சத்தம் கேட்டு கண்ணயர்ந்து போன ஜோனாதன் விழித்தார்.

அப்போது முழந்தாளிட்டு பிரார்த்தனை செய்தார் வெளியே வெயிலின் கதிர்கள் தோன்ற ஆரம்பித்ததும் கதவைத் திறந்து கொண்டு எப்படியாவது தப்பித்து சென்று விட வேண்டும் என்ற எண்ணம் மீண்டும் துளிர்த்தது. ஓடிச் சென்று கதவைத் திறக்க முயன்று ஒன்றும் பலனளிக்காது போகவே ஏமாற்றத்துடன் திரும்பினார்.

அதைத் திறக்கும் சாவி பிரபு அறையில்தான் இருக்க வேண்டும். ஜன்னல் வழியாக எப்படியாவது பிரபுவின் அறைக்குள் சென்றாக வேண்டும். ஒருவேளை இந்த முயற்சியில் பிரபு தன்னை கொல்வ தாக இருந்தால் கூட பரவாயில்லை. இந்த மரண அவஸ்தையிலிருந்து உடனடியாக மீள வேண்டும் என்று முடிவு செய்தார்.

கருங்கல் சுவர் வழியாக ஊர்ந்து இறங்கி பிரபுவின் அறையை அடைந்தபோது அந்த அறை காலியாக இருந்தது. அந்த நேரத்தில் டிராகுலா பிரபு எங்கே இருப்பார் என்று யூகிக்க முடிந்தது.

ஜோனாதன் நேராக அந்த மயானப் பகுதிக்கு சென்றார். அங்கிருந்த அறையில் ஏற்கனவே பார்த்த அந்த பழைய கல்லறைப் பெட்டியில் தான் டிராகுலா பிரபு படுத்துக் கிடப்பார் என்று அவருக்கு உறுதி யாகியது. ஆனால் ஒரு சின்ன மாற்றம். ஏற்கனவே ஒரு தடவை

பார்த்தபோது அந்தப் பழைய பெட்டி திறந்திருந்தது. இப்போது மூடியிருந்தது.

எப்படியாயினும் அந்த டிராகுலா பிரபு உள்ளேதான் இருப்பார் அவரிடமுள்ள சாவியை எடுத்து விட வேண்டும் என அந்த மூடியைத் திறந்தபோது ஜோனாதனுக்கு பெருத்த ஆச்சர்யம் காத்திருந்தது.

மிகுந்த வயதான கிழவராக நேற்றுவரை தோற்றமளித்த டிராகுலா பிரபு மிகவும் இளமையோடு பளபளவென உருமாறி நீட்டி நிமிர்ந் படுத்துக் கிடந்தார்.

வெள்ளை நரைமுடி வட செம்பட்டையாக காட்சியளித்தது. வெற்றுப்போன அவருடைய முகத்தில் ரத்த ஓட்டம் ஓடுவது தெரிந்தது.

டிராகுலா பிரபுவின் கடைவாயிலிருந்து தாடையின் வழியாக கழுத்துப் பகுதிவரை ரத்தக்கறை வழிந்து உலர்ந்து போன அடையாளம் தெரிந்தது.

திரும்பவும் அந்த முகத்தை பார்க்கக் கூடிய தைரியம் ஜோனாதனுக்கு இல்லை. ஆயினும் எப்படியாவது டிராகுலா பிரபுவிடமிருந்து சாவியை கைப்பற்றி விட்டால் இந்த இரவுக்குள் தன்னுடைய கதை முடிந்து விடும் என்று உறுதியாகியது.

சவப்பெட்டியில் படுத்துக் கிடக்கும் டிராகுலா பிரபுவின் உதடுகளில் ஒருவிதமான கேலிப் புன்னகை தோன்றி மறைந்ததை பார்த்து வேதனைப்பட்டார்.

இவ்வளவு மோசமான மனிதனுக்காக அவனை லண்டனில் குடியமர்த்துவதற்காகவா தான் இத்தனை பாடுபட்டுக் கொண்டிருந் தோம் என்பதை நினைத்து நினைத்து ஜோனாதன் மிகவும் வருந்தினார்.

லண்டனுக்கு அவர் வந்த பின் ஏற்படும் பின் விளைவுகளை இப்பொழுது நினைத்தாலும் உடல் நடுங்கியது. அடுத்த பல நூற்றாண்டுகள் இந்தப் பிசாசு அங்குள்ள லட்சக்கணக்கான மனிதர்களின் ரத்தத்தைக் குடித்து அவர்களையெல்லாம் ஒருபோதும் மரணமடையாத ரத்தக் காட்டேரிகளாக்கி விடும்.

இந்தப் பிசாசை ஒழிக்காத பட்சத்தில் இன்னும் இந்த உலகத்தில் என்னென்ன துயரங்கள் ஏற்படப் போகிறதோ? இந்த நிமிடமே இந்த பிசாவை கொன்றுவிடக் கூடிய வாய்ப்பு இருந்தால் எவ்வளவு நன்றாக இருக்கும் என்று ஜோனாதனின் பார்வை ஏதாவது ஆயுதம் கிடைக்காதா என்று தேடியது.

மண்ணைக் கிளறுவதற்காக அந்த இடத்தில் கிடந்த நீண்ட கைப்பிடி யுள்ள மண்வாரியை எடுத்து உயர்த்தி தன்னுடைய சக்தியனைத்தை யும் ஒன்று திரட்டி ஓங்கிக்குத்தினார் ஜோனாதன்.

ஆனால் டிராகுலா பிரபுவின் தலை ஒரு இயந்திரம் போல சட்டென திரும்பியதால் அந்த மண்வாரியின் குறி தவறியது. அந்தப் பிசாசின் நெற்றியில் ஒரு காயத்தை மட்டும் அந்த அடி ஏற்படுத்தி விட்டு கீழே விழுந்தது.

அந்த சைத்தான் டிராகுலா பிரபு அந்நேரம் அசைவற்றிருந்ததைப் பார்த்துக் கொண்டிருந்த போது தொலைவில் அந்த ஜிப்ஸுகளின் சத்தமும் குதிரைகளின் குளம்பொலி சத்தமும் கேட்டது.

எப்படியாவது தப்பித்து அங்கே சென்று விட வேண்டும் என்ற வெறி யில் ஜோனாதன் பாய்ந்தோடினார்.

கோட்டையின் ஏதாவது ஒரு பாதை வழி தென்பட்டால் போதும் என்று கதவை நோக்கி நெருங்கிய போது அப்போது அடித்த சூறாவளிக் காற்றில் சடாரென கதவுகள் திறக்க முடியாதபடி அடைத்துக் கொண்டன.

அந்தக் குதிரை வண்டிகளில் பெட்டிகள் அடுக்கி வைக்கப்படும் சத்தமும் ஆணியடித்து மூடிகள் இறுக்கப்படும் சத்தமும் கேட்கத் தொடங்கின.

அந்தப் பெட்டிகள் எல்லாம் எங்கோ கொண்டு செல்லப்படுகின்றன என்பது புரிந்தது. அந்தக் கோட்டைக்குள் தான் மட்டும் தனியாக சிறைப்படுத்தப்பட்டதாக உணர்ந்தார். துணைக்கு மூன்று பெண் பிசாசுகள்.

5

மீனா தன்னுடைய காதலரைப் பற்றிய அந்தரங்கமான விசயங்களை தன்னுடைய தோழி லூஸியுடன் தான் எப்போதும் பகிர்ந்து கொள்வது வழக்கம்.

லூஸியும் தன்னுடைய காதலர் டாக்டர் சேவாரஸ் பற்றி பேசுவதால் இருவரின் பேச்சிலும் ஒரு சுவாரஸ்யம் இருக்கும். அவர்கள் இதற்காகவே அவ்வப்போது கடற்கரைப் பக்கம் செல்வ துண்டு.

அந்தக் கடற்கரையை ஒட்டி ஒரு மாதா கோயிலும் கல்லறையும் தென்படும் இந்தக் காட்சி மிக ரம்மியமாக அவர்களுக்கு தோன்று வதால் மணிக்கணக்கில் பேசிக்கொண்டிருப்பார்கள்.

ஒருமுறை அப்படி அவர்கள் கடற்கறையில் உட்கார்ந்து பேசிக் கொண்டிருக்கும்போது அசாதாரணமான ஒரு காட்சியைக் கண்டனர்.

தொலைதூரத்திலேயே தட்டுத்தடுமாறி திசை தெரியாது அலைந்து திக்கித் திணறி ஒரு ரஷ்ய நாட்டுக் கப்பலை போன்ற ஒரு கப்பல் வந்து கொண்டிருப்பதைக் கண்டனர்.

“டெய்லி டெலகிராஃப்” என்ற செய்தியைத் தாளில் மறுநாள் தலைப்புச் செய்தியாக மீனாவும் லூஸியும் பார்த்த காட்சி ‘தட்டுத் தடுமாறி இலக்கின்றி கடலில் அலைபாயும் கப்பல்’ என்ற தலைப்பில் வெளியாகியிருந்தது.

நேற்று அடித்த கடும் புயற்காற்றில் அந்தக் கப்பல் தட்டுத்தடுமாறி தாறுமாறாக வந்து கொண்டிருப்பதை ‘செர்ச் லைட்’டின் வெளிச்சத் தில் கண்டு கொள்ள முடிந்தது.

ஒட்டுமொத்த புயற்காற்றும் அடங்கி விட்ட பிறகு அந்த அமைதி யான நேரத்தில் அந்தக் கப்பலின் மேல்தளத்தில் தென்பட்ட காட்சி எல்லோரையும் திடுக்கிடச் செய்தது.

அந்தக் கப்பலின் மேல்தளத்தில் சுக்கான் சக்கரத்துடன் சேர்த்து வைத்துக் கட்டிய நிலையில் எதனாலோ அடித்துக் கொல்லப்பட்டு அந்த கப்பல் மாலுமியின் உடல் கிடந்தது.

அதைவிட மற்றொரு சம்பவமும் வந்த நேரத்தில் எல்லோர் மனதை யும் பீதியில் உறைய வைத்தது. அந்தக் கப்பலானது அந்தத் துறைமுகத்துக்கு வந்து சேர்ந்த மறு விநாடி பெரிய கருப்பு நிற நாய் ஒன்று கப்பலுக்குள்ளிருந்து மேல்தட்டுக்குத் தாவிக்குதித்து அங்கிருந்த துறைமுகப் பகுதியில் நின்ற கொண்டிருந்த மனிதர் களுக்கு ஊடாகப் பாய்ந்து சட்டென மறைந்து விட்டது.

அங்கிருந்து செங்குத்தான பாறையின் விளம்பு வழியாக மாதா கோயில் மற்றும் இடுகாட்டுக்கு நேராக அந்த பெரிய கருப்பு நாய் விரைந்து மறைந்தது.

மறுநாள் விடிகாலையில் துறைமுகத் தலைவர் அந்தக் கப்பலை சோதனையிட கட்டளையிட்டார். அந்தக் கப்பலுக்குள் ஏராளமான மண்ணும் ஐம்பது பெரிய மரப் பெட்டிகளும் இருந்தன.

அந்த மரப் பெட்டிகளுக்குள்ளும் ஏராளமான ஈரமண் நிரப்பப் பட்டிருந்தது. அந்தப் பெட்டிகள் அனைத்தும் விட்டி நகரைச் சேர்ந்த வக்கீல் மிஸ்டர் வில்லிங்டன் என்பவரின் பெயரில் கப்பலின் சரக்குப் பகுதியில் பதிவு செய்யப்பட்டிருந்தன.

அந்த மனிதர் கப்பல் அதிகாரிகளைச் சந்தித்து தன் பெயரில் வந்துள்ள

அந்தப் பெட்டிகளைப் பெற்றுக் கொண்டார்.

அந்தக் கருப்புநிற நாய் எல்லோர் மத்தியிலும் ஒரு பீதியை உருவாக்கியிருந்ததால் எல்லோரும் அதனை தேடும் பணியில் ஈடுபட்டும் அந்த முயற்சி பலனளிக்கவில்லை. அந்த நாய் பொது மக்களுக்கு நிச்சயம் ஏதோ ஒரு பேராபத்தை விளைவிக்கப் போகிறது என்று அனைவரும் பயந்தனர்.

அதற்கேற்றாற் போல் அந்தத் துறைமுக காவல் நாய் கடல்பாலத் திற்கு அருகில் மிகவும் கோரமான முறையில் கழுத்துப் பகுதி கடித்துக் குதறப்பட்டு வயிற்றுக்குடல் வெளியே தொங்கும் படியாக கொல்லப்பட்டுக் கிடந்தது. நிச்சயம் கப்பலிலிருந்து குதித்து ஓடிய அந்த பிரமாண்டமான கருப்பு நாய்தான் இக்கொடூரத்தை நிகழ்த்தி இருக்குமென்று அனைவரும் நம்பினர்.

சுக்கான் சக்கரத்தில் கட்டப்பட்ட நிலையில் இறந்து கிடந்த கப்பல் மாலுமியின் பாக்கெட்டிலிருந்து ஒரு டைரியைக் கைப்பற்றினர் அந்த கப்பல் ஊழியர்கள்.

அந்த டைரியைப் படித்தபோது, அவர் குறிப்பிட்டிருந்த பல சம்பவங்கள் அந்த ஊழியர்களை நடுநடுங்கச் செய்தன.

ஐம்பது பெட்டிகள் நிறைய மண்ணும், ஐந்து கப்பல் ஊழியர்களும் சமையல்காரர் இரண்டு பேர்கள் கேப்டன் ஒருவர் ஆகிய இவர்கள் மட்டுமே அந்தக் கப்பலில் இருந்தனர்.

காற்றின் திசை சாதகமாக இருந்ததால் மதிய நேரத்துக்கு முன்பாகவே அவர்கள் பாஸ்பெரஸை அடைந்து விட்டார்கள்.

அந்தக் கப்பல் மட்ட பான் முனையை கடந்தது முதலே அதிலிருந்த ஊழியர்களிடம் ஒரு பதட்டமும் கலக்கமும் இருந்து கொண்டு இருப்பதை கப்பல் கேப்டன் உணர்ந்தார். அந்த ஊழியர்கள் அனைவரும் சிலுவை போட்டுக் கொண்டே இருந்தனர்.

அதற்கேற்றாற்போல அந்த ஊழியர்களில் ஒருவர் காணாமல் போய் விட்டார். அதுபற்றி மற்றவர்களுக்கு ஒன்றுமே தெரியவில்லை. அது மட்டுமின்றி அவர்களும் மிகுந்த களைப்புடன் இருந்தனர்.

கேப்டன் அதற்கான காரணத்தை அவர்களிடம் கேட்டபோது அந்தக் கப்பலில் ஏதோ ஒரு தீயசக்தி இருப்பதாகக் கூறியபடி மீண்டும் சிலுவை போட்டுக் கொண்டார்கள்.

சிறிது நேரத்திற்கு பின்பு ஆர்காரன் என்ற ஊழியன் கேப்டனின் அறைக்கு ஓடிச் சென்று 'இந்த கப்பலுக்குள் மிகவும் பயங்கரமான மனிதன் ஒருவன் இருப்பது போல சந்தேகமாக இருக்கிறது' என்று படபடப்போடு கூறினான்.

உடனே அந்த கப்பலின் அனைத்து இடங்களிலும் அந்த பயங்கர மனிதனை தேடும் வேட்டை நடந்தது.

உயரமான ஒரு மெலிந்த மனிதன் கப்பலின் மேல்தளத்தில் உலாவு வதை தான் கண்ணால் பார்த்ததாக காவல் கூண்டுக்கு அருகில் நின்று கொண்டிருந்த பணியாளர் ஒருவர் கூறினார்.

கேப்டனும் மற்றவர்களும் அதன்பின் திரும்பவும் எல்லா இடத்தி லும் தேடிய போது மரப்பெட்டிகளைத் தவிர வேறு ஏதும் தென்பட வில்லை. இது வெறும் மனப்பிராந்தியாக இருக்கும் என்று கேப்டன் கூறினார்.

அதன் பின்னர் தொடர்ந்து மூன்று நாட்கள் மோசமான பருவ நிலை தென்பட்டாலும் எந்த ஆபத்தில்லாமல் ஜிப்ரால்டர் ஜலசந்தியைக் கடந்து விட்டனர்.

மூன்று நாள் மௌனத்தை தகர்ப்பது போல மேலும் ஒரு கப்பல் ஊழியர் காணாமல் போனார். கடலில் கொந்தளிப்பு அதிகமாக அன்று இரவு மற்றொரு ஊழியரும் காணாமல் போய்விட்டார்.

கப்பல் மெல்ல மெல்ல இங்கிலாந்தை நெருங்குவதை அறிந்து கப்பல் கேப்டனும் உதவியாளரும் ஊழியர்களும் சந்தோசப்பட்டனர். கடலின் மேற்பரப்பு எங்கும் பனிப்படலமாக இருந்தது.

அச்சமயம் ஒரு ஊழியர் கேப்டனை நோக்கி மோதுவது போல ஓடி வந்து மற்றொரு ஊழியரும் அன்ற காணவில்லை என்று பதட்டத் துடன் கூறினார். மேலும் கப்பல் திசைமாறிப் போய்க் கொண்டிருப் பதாகவும் கூறினார். அவர் கூறியது உண்மைதான் என்பதை கேப்டனும் கண்டறிந்தார்.

அன்றைக்கு நள்ளிரவானதும் சுக்கான் பகுதியில் நின்றவரை ஓய்வெடுக்க அனுப்பி விட்டு கேப்டனே அந்த பணியை மேற் கொண்டார்.

பலத்த காற்று வீசிக் கொண்டிருந்த அச்சமயம் ஒரு ஊழியர் கேப்டனிடம் வந்து மெல்ல காதில் சொன்னார்.

"அதை நான் தெளிவாகப் பார்த்து விட்டேன். அது நமக்கு மிக அருகில் தான் இருக்கிறது. நான் நேற்று இரவு காவலில் இருந்த போது உயரமான மெலிந்த மனித வடிவில் கப்பலில் முனைப்பகுதி யில் நின்று கொண்டு வெறித்துப் பார்த்துக் கொண்டிருந்தது. நான் பின்புறமாக சென்று ஒரு கத்தியால் ஓங்கிக் குத்தினேன். அந்தக் கத்தி உடம்புக்குள் ஊடுருவி மறுபுறம் வெளியே வந்துவிட்டது. அது இந்த இடத்தை விட்டு வேறு எங்கும் போகவில்லை என்பது நிச்சயமாக எனக்குத் தெரியும். எப்படியும் நான் அதை கண்டுபிடித்து காட்டுகிறேன்."

அந்த ஊழியர் அதன் பிறகு மெதுவாக நடந்து மண் நிறைந்த பெட்டிகள் வைத்திருந்த பகுதிக்கு சென்றார். அவர் திரும்பி வருவார் என்று எதிர்பார்த்துக் கொண்டிருந்த கேப்டனுக்கு அவருடைய குரல் கேட்டது.

யாரையோ விரட்டி ஓட்டுவது போலவும் யாருடைய பிடியி லிருந்தோ திமிறி விடுபட முனைவது போலவும் சத்தங்கள் மாறிமாறி தொடர்ந்து கேட்டது. அடுத்த கணம் ஒரு பயங்கரமான அலறலோடு அவர் மேல்தளத்துக்கு ஓடிவந்தார்.

மிகுந்த பயத்தால் அவரது கண்கள் வெளியே துருத்திக் கொண்டு உடல் முழுவதும் நடுங்க 'கேப்டன் சார் எனக்கு எல்லாம் தெளிவாகி விட்டது. அந்தச் சைத்தான் என்னை அழிப்பதற்கு முன்னால் எப்படி யாவது நாம் சீக்கிரம் இதிலிருந்து தப்பிக்க வேண்டும் என்னை இந்தக் கடல்தாய் எப்படியும் காப்பாற்றி விடுவாள்' என்று கூறிக் கொண்டே கேப்டன் தடுப்பதற்குள் அந்த உதவியாளர் கடலில் குதித்து விட்டார்.

கடுமையான பனிமூட்டத்தில் அப்போது கப்பல் சிக்கியிருந்தது. தான் மட்டும் தன்னந்தனியாளாகி விட்டோம் என்பதை நினைத்த

போது கேப்டன் மிகவும் நடுநடுங்கிப் போனார்.

அந்த இரவில் கேப்டனும் அந்தப் பிசாசை பார்த்தார். தன்னுடைய உதவியாளரைப் போலவே தானும் கடலில் விழுந்து தற்கொலை செய்து கொண்டால் நன்றாக இருக்குமே என்று நினைத்தார்.

அந்தச் சுக்கான் சக்கரத்திலேயே தன்னுடைய உயிர் பிரிய வேண்டும் என்று விரும்பினார். அது நிகழவும் செய்தது.

☠

6

அன்றைக்கு பகல் நேரத்தில் அந்தக் கப்பலில் கேப்டனின் சவ அடக்கம் நடைபெற்றதற்குப் பின்பு என்ன காரணத்தாலோ லூசி நிம்மதியின்றி தவிப்பதாக மீனாவுக்குத் தோன்றியது.

தங்களது அறையில் மீனாவும் லூசியும் நன்றாக ஓய்வெடுத்துக் கொண்டிருந்தனர். மீனாவுக்குத் தான் சரியாக தூக்கம் வராமல் புரண்டு கொண்டே இருந்தாள்.

நள்ளிரவுக்கு மேல் லேசாகக் கண்ணயர்ந்த மீனா மூன்றுமணி அளவில் திடுக்கிட்டு விழித்த போது பக்கத்தில் படுத்துக் கிடந்த லூசியைக் காணாமல் ஒருவித பயம் ஏற்பட்டது.

நைட்டியோடு அந்த நள்ளிரவில் எங்கே வெளியேறியிருப்பாள் என்ற பதைபதைப்புடன் மாடியறையிலிருந்து கீழ் தளத்துக்கு ஓடினாள் மீனா.

வாசல் கதவு தாழ் போடாமல் இருப்பது கண்டு அதன் வழியாக லூசி வெளியேறியிருக்க வேண்டும் என்று மீனா நினைத்தாள்.

துப்பட்டா ஒன்றை எடுத்து தோளில் போட்டுக் கொண்டு மீனா வெளியே ஓடி வந்தாள். மாதா கோயில் அருகே தாங்கள் இருவரும் எப்போதும் அமர்ந்திருக்கும் இடத்தை நோக்கினாள்.

அங்கு ஒரு வெண்மையான உருவத்தின் நிழலும் அதற்குப் பின்னால் கடுமையான மற்றோர் உருவம் நிற்பதாகவும் மீனாவுக்குத் தோன்றியது. அது மனிதனா மிருகமா என்று அவளால் பிரித்தறிய முடியவில்லை.

லூசி என்று வெள்ளை நிழலைப் பார்த்து சத்தமாக அழைத்த போது அந்தக் கறுப்பு உருவம் வெள்ளை நிழலுருவத்திலிருந்து தலையைத் தூக்கி திரும்பிப் பார்த்தது.

ரத்தச் சிவப்பில் தென்பட்ட சிவந்த விழிகளை மட்டும் மீனா பார்த்தாள்.

மீனாவின் சத்தத்தை லூசி கேட்டதாகவே தெரியவில்லை. மீனா அவளை நோக்கி ஓடினாள். அருகில் போய்ப் பார்த்தபோது லூசி நல்ல ஆழ்ந்த உறக்கத்திலிருந்தவளைப் போல காணப்பட்டாள். மீனா தொட்டதும் திடுக்கிட்டுக் கண்விழித்தாள்.

தன்னுடைய சால்வையால் அவள் மீது போர்த்தியதும் குழந்தையைப் போல மீனா மீது சாய்ந்து கொண்டாள்.

அதன் அவளைத் தாங்கிப் பிடித்துக் கொண்டு தங்களுடைய அறைக்கு திரும்பி வந்தபோது தான் பார்த்தாள் லூசியின் கழுத்தில் ஊசிமுனையால் குத்தியது போல புதிதா இரண்டு அடையாளங்கள் தென்பட்டது.

அன்றைய பகல் நேரம் முழுவதும் நன்றாக உறங்கினாள் லூசி இரவில் மீனாவின் கட்டுப்பாட்டிலிருந்து மீறி தப்பித்துச் செல்ல இரண்டு முறை லூசி முயன்றாள்.

ஜன்னலின் திரைச் சீலையை மீனா விலக்கிப் பார்த்தபோது வெளியே ஒரு கன்னங்கரிய வௌவால் சுற்றிக் கொண்டிருந்தது.

மறுநாள் இரவு கடற்கரையிலிருந்து மீனா மட்டும் திரும்பி வந்த போது ஒரு அசாதாரணமான காட்சியைக் கண்டு திடுக்கிட்டாள்.

அவர்கள் படுக்கையறை ஜன்னல்களுக்கு வெளியே லூசியின் தலை மட்டும் நீண்டிருந்தது. அவளுக்கு அருகில் பிரம்மாண்டமான வௌவால் வடிவம் ஒன்று இருப்பதையும் கவனித்தாள்.

பதை பதைப்போடு அறைக்குள் மீனா நுழைந்தபோது ஒரு பெரு மூச்சுடன் லூசி ஜன்னலுக்குள் தலையை இழுத்து தன்னுடைய படுக்கையை அடைந்தாள்.

7

ஒரு வழியாக ஜோனாதன் டிராகுலா கோட்டையிலிருந்து தப்பித்து காதலி மீனாவிடம் வந்து சேர்ந்து விட்டார்.

டிராகுலா பிரபுவைப் பற்றிய பயம் முற்றிலும் அகன்று விட்டது. அதுபோலவே லண்டனுக்கு வந்துவிட வேண்டும் என்ற டிராகுலா பிரபுவின் நோக்கமும் நிறைவேறி விட்டதை ஜோனாதன் உணர்ந்தார்.

இதற்கிடையில் லூசியின் மரணம் குறித்து அறிந்து மிகவும் வேதனைப் பட்டார் ஜோனாதன்.

அந்த டிராகுலா பிரபுவை வேட்டையாடத் தகுந்த ஒரே மனிதர் டாக்டர் ஹென்சிங் தான் என்று ஏனோ அந்த நேரத்தில் ஜோனாதனுக்குத் தோன்றியது.

அதே சமயத்தில் டாக்டர் ஹென்சிங்கும் டாக்டர் செர்வாண்ட்டும் மருத்துவமனையிலிருந்த ஒரு குழந்தையைப் பற்றியும் லூசியைப் பற்றியும் தீவிரமாக விவாதித்துக் கொண்டிருந்தனர்.

"நண்பரே.. அந்தக் குழந்தையின் கழுத்தில் ஏற்பட்ட காயங்கள் லூசியால் ஏற்பட்டவை தான்"

உடனே அது கேட்டு திடுக்கிட்டவராக பாய்ந்து எழுந்த செர் வாண்ட் கேட்டார்.

"ஹென்சிங் நீங்கள் என்ன கூறுகிறீர்கள்? உங்களுக்கு என்ன பைத்தியம் பிடித்து விட்டதா?"

அதனைக் கேட்ட மெலிதான ஒரு புன்னகை செய்தார்.

"இன்றைக்கு ராத்திரியில் நாம் சில காரியங்கள் செய்ய வேண்டும். நாம் இருவரும் லூசியைப் புதைத்துள்ள கல்லறைப் பகுதியில் இன்றைக்கு இரவைச் செலவழிக்க வேண்டியிருக்கும். அந்த மயானத்தின் சாவிதான் இது. வெட்டியானின் கையிலிருந்து தந்திர மாக வாங்கியிருக்கிறேன்."

அப்போது செர்வாண்ட் ஹென்சிங்கின் முகத்தை ஊன்றிப் பார்த்து 'பயங்கரமான ஏதோ ஒரு சோதனையை எதிர்கொள்ள வேண்டி வரும்' என்று மிரண்டார். எனினும் தைரியத்தை வரவழைத்துக் கொண்டு 'சரி தாமதிக்காமல் உடனே கிளம்புவோம் இப்போதே மதியத்தைக் கடந்து விட்டோம்' என்றார்.

மருத்துவமனையை அவர்கள் அடைந்த போது காயம்பட்ட அந்தக் குழந்தை விழித்திருந்தது. டாக்டர் வின்செண்ட் அந்தக் குழந்தையின் கழுத்தில் போட்டிருந்த கட்டை அவிழ்த்து உட்புறமிருந்த சிறிய காயங்கள் இரண்டையும் அவர்களுக்கு காட்டினார்.

லூசியின் கழுத்தில் தென்பட்டது போல கொஞ்சம் கூட வித்தியாச மின்றி அதே மாதிரியான காயங்கள் தாம் அவை.

டாக்டர் வின்செண்ட்டிடம் அந்தக் காயம் பற்றி அவர்கள் கேட்ட போது "எலி அல்லது புலி மாதிரியான வேறு ஏதாவது விலங்குகளால் இந்த காயம் ஏற்பட்டிருக்கலாம்" என்று கூறினார்.

அவரே திரும்பவும் "ஒருவேளை லண்டன் மாநகரின் வடக்குப் பகுதிகளில் ஏராளமாகக் காணப்படும் ஒருவகை வெளவால்களில் ஒன்று கடித்திருக்கவும் வாய்ப்பு உள்ளது" என்றார்.

அதன் பிறகு வின்செண்ட்டிடமிருந்து விடைபெற்றுக் கிளம்பும் போது இருள் பரவத் தொடங்கி விட்டது.

இரவுக் காவலர்கள் குதிரை மீதேறி ரோந்து சுற்றத் தொடங்கியிருந் தனர். அவர்கள் இருவரும் தேவாலயத்தின் மதிலை மிகுந்த சிரமத் துடன் தாண்டி உட்புறம் குதித்தனர்.

அங்கிருந்த அடர்த்தியான இருட்டில் மூழ்கிக் கிடந்த மயானத்தில் தட்டுத் தடுமாறி நடந்து ஒரு வழியாக லூசியின் கல்லறையைக் கண்டுபிடித்தனர்.

சாவியை எடுத்து கல்லறையின் பழைய வாசலைத் திறந்து உள்ளே நடக்க டாக்டர் மெழுகுவர்த்தி ஒன்றை கல்லறைக்குள் பரவியிருந்த இருளை அகற்ற முயற்சி செய்தார்.

பகல் நேரத்தில் பூக்களாலும் தோரணங்களாலும் நன்றாக அலங் கரித்திருந்த போதிலும் இரவின் அமைதியும் தனிமையும் வாடிக் கருகிய பூக்களின் நாற்றமும் எல்லாம் கலந்து ஒரு விதமான திணறலை ஏற்படுத்திக் கொண்டிருந்தது.

ஹென்சிங் அதனையெல்லாம் பொருட்படுத்தாமல் தனது நடவடிக்கையை தொடங்கி விட்டார். மெழுகுவர்த்தி வெளிச்சத்தைக் கொண்டு சவப்பெட்டியின் மீதுள்ள எழுத்துக்களை மங்கலான வெளிச்சத்தில் வாசித்து சவப்பெட்டியை அடையாளங் கண்டு அதனை திறக்கும் முயற்சியில் ஈடுபட்டார்.

அந்த சவப்பெட்டியின் ஆணிகளை ஹென்சிங் ஒவ்வொன்றாக கழற்றி மேல் மூடியை அகற்றிய போது உட்புறம் இருந்த ஈயத் தகடால் ஆன மற்றொரு மூடி தென்பட்டது.

உயிருடன் இருக்கும் ஒரு இளம்பெண்ணின் உடைகளை களை வதை விட வெட்கக் கேடான விசயமாக அது தோன்றியதால் அதனைத் தடுக்க முனைபவராக செர்வாண்ட் ஹென்சிங்கின் கைகளைப் பற்றினார்.

ஹென்சிங் ஒருவாளை எடுத்து ஒரு முனையில் செருகி அந்த ஈயத் தகடை அறுக்கத் தொடங்கினார். அந்த இடைவெளிப்பகுதியி லிருந்து ஒருவாரம் கிடந்த பிணத்தின் நாற்றம் குப்பென்று பரவியது.

முற்றிலுமாக அந்த ஈயத் தகட்டை அறுத்து அப்புறப்படுத்திய போது இருவரும் உள்ளே எட்டிப்பார்த்து திகைத்துப் போய் விட்டனர். அந்த சவப் பெட்டியின் உட்புறம் காலியாக இருந்தது.

லூசியின் உடல் அந்த சவப் பெட்டியில் இல்லை என்பது வெட்ட வெளிச்சமாகி விட்டது.

'அந்த உடலை எவராவது திருடிக் கொண்டு போயிருப்பார்களோ?' என்று கேட்டார் செர்வாண்ட்.

"நான் சொன்னது சரியாகி விட்டதா இப்போது திருப்திதானே?" என்றார் ஹென்சிங்.

அந்த சவப்பெட்டியைப் பழைய படியே ஆணியடித்து இறுக்கி மூடினர். அதன்பின் கதவைத் திறந்து கொண்டு வெளியே வந்தனர்.

ஹென்சிங் மயானப் பகுதியின் மத்தியில் நடந்து வந்தபோது செர்வாண்ட்டிடம் எச்சரிக்கையாக இருக்கும் படி கூறிவிட்டு வேறொரு பகுதிக்கு நடந்து சென்றார்.

ஒரு மரத்தின் அடியில் செர்வாண்ட் பத்திரமாக நின்று கொண்டிருந் தார். செர்வாண்ட் அங்கு நிற்கத் தொடங்கிய சிறிது நேரத்தில் கடிகாரத்தில் பன்னிரண்டு மணி அடித்தது கேட்டது. அந்தத் தனிமை பயங்கரமாக இருந்தது.

தனக்குப் பின்னால் ஏதோ சத்தம் கேட்டுத் திரும்பினார். மாதா கோயிலின் வளைவு திரும்பும் பகுதியில் மூலையில் வெள்ளையாக ஏதோ ஒன்று நகர்ந்தது தெரிந்தது.

அவர் அந்தப் பகுதிக்கு ஓடிச் சென்று பார்த்த போது ஒரு சிறு குழந்தை மட்டும் நின்று கொண்டிருந்தது ஹென்சிங் அந்தக் குழந்தையைப் பிடித்தபடி நின்று கொண்டிருந்தார்.

"இதையார் இங்கே கொண்டு வந்து சேர்த்தது என்று தெரிய வில்லையே"

"விசாரிப்போம்?... நல்ல வேளை இந்தக் குழந்தையை சரியான நேரத்தில் வந்து காப்பாற்றினோம் குழந்தைக்கு காயம் ஏதும் ஏற்பட வில்லை"

அதன் பிறகு இந்தக் குழந்தையை என்ன செய்வது என்று இருவரும் யோசித்தனர். காவல்நிலையத்துக்கு கொண்டு சென்று சேர்த்தால் நடந்த எல்லாற்றையும் விளக்க வேண்டும். புதிய சிக்கல் ஏற்பட்டு விடும்.

கடைசியாக ஒரு முடிவு எடுத்தனர். இரவு காவலாளிகள் கண்ணில் படுவது போல புதர்க்காட்டை ஒட்டியுள்ள வெட்டவெளியில் அந்தக் குழந்தையை படுக்க வைத்து விட்டு சீக்கிரமாக வீட்டுக்குத் திரும்பி விடுவது என்று தீர்மானம் செய்தனர்.

வீட்டுக்குச் சென்ற பிறகு மறுநாளும் அவர்கள் பழையபடியே ஆராய்ச்சியில் இறங்குவதற்கு மயானத்திற்கு வந்தனர்.

ஹென்சிங் சவப்பெட்டியை நெருங்கி அந்த மூடியை கழற்றி பழைய படி ஈயத்தகட்டின் இருபுறத்தையும் நீக்கியபோது திகைப்பும் ஆச்சர்யமும் பீதியும் ஏற்பட்டது.

டாக்டர் ஹென்சிங் அப்படியே அசைவற்று உடல் முழுவதும் மின்சாரம் பாய்ச்சியது போல உணர்ந்தார்.

சவ அடக்கச் சடங்கு நடைபெறுவதற்கு முதல் நாள் இருந்தது போலவே லூசியின் தோற்றம் அப்போது காணப்பட்டது. இன்னும் சொல்லப் போனால் அதைவிட அழகாகவும் கவர்ச்சியாகவும் காணப்பட்டாள்.

அந்த அழகான கருஞ்சிவப்பான உதடுகளையும் கவர்ச்சியான கன்னக் கறுப்புகளையும் பார்த்தால் அவள் இறந்து விட்டது போலவே தோன்றவில்லை.

'இது ஏதோ மாயாஜாலம் போல இருக்கிறது' என்று செர்வாண்ட் வாய்க்குள்ளேயே முனுமுனுத்தார்.

ஹென்சிங் எதுவும் பேசாது லூசியின் சவப்பெட்டி அருகில் அமர்ந்து அவளது உயிரற்ற உதடுகளை இரண்டாக பிரித்தார். அப்படியே திடுக்கிட்டுப் போனார் அந்தக் காட்சியைக் கண்டு.

ஹென்சிங் பிரித்திருந்த லூசியின் ரத்தம் வடியும் உதடுகளுக்குள் இது வரை பார்த்தேயிராத மிகவும் பயங்கரமான இரண்டு கடைவாய்ப் பற்களைப் பார்த்தார்.

நீண்டு வளைந்த அவற்றின் முனை ஊசிபோல கூர்மையாக இருந்தன. அந்தக் கோரைப் பற்கள் கொடூரமான ஒரு பிசாசின் அடையாளமாக இருந்தது.

செர்வாண்டை அழைத்து 'இதோ பார்த்தீர்களா இந்தக் கோரைப் பற்கள்தான் அந்தப் பிஞ்சுக் குழந்தைகளின் கழுத்தில் கடித்து காயப்படுத்திக் கொன்றாள்' என்றார் ஹென்சிங்.

அந்தக் காட்சியை நம்ப முடியாமல் திகைப்புட் செர்வாண்ட் அசைவின்றி நின்று கொண்டிருந்தார்.

"மிஸ்டர் செர்வாண்ட் இப்போது நீங்கள் பார்க்கின்ற காட்சி இதுவரை பதிவு செய்யப்பட்டுள்ளவற்றிலிருந்து முற்றிலும் வேறு பட்டது. இது ஒரு அசாதாரணமான இரட்டை வாழ்க்கை. அந்தப் பெண் லூசியை ஒருவித மயக்க நிலைக்கு தள்ளிவிட்டு வௌவாலின் வடிவத்தில் வந்த ரத்தக் காட்டேரி அவளுடைய உடம்பில் பற்களை பதித்தது.

தூக்கத்தில் நடக்கும் பழக்கமுள்ள லூசி இந்த கோர விபத்துக்கு அடிக்கடி அடிமையானாள். லூசி அதன் பிறகு மயக்க நிலையில் ஆழ்ந்திருக்கும் போதெல்லாம் இந்த ரத்தக் காட்டேரி மீண்டும் மீண்டும் அவளிடமிருந்து ரத்தத்தை குடித்துக்கொண்டே இருந்தது. அதனால் தான் அதே நிலையில் லூசி மரணமடைந்தார்.

இப்போது இவள் இருக்கும் நிலையிலிருந்து விடுதலையானால் அந்த மறுகணமே எல்லோரையும் போல சாதாரணமாக இறந்தவர்களின் நிலை அடைவாள்.

இவளிடம் இப்போது காணப்படும் அமைதியான தன்மையைப் பார்த்த பிறகு இவளை அழிப்பதற்கு மிகவம் சிரமப்பட வேண்டி யிருக்கும் என்று தோன்றுகிறது."

ஹென்சிங் கூறியதைக் கேட்டு விட்டு "லூசி ஏற்கனவே இறந்து போனவள் என்றால் இப்போது அவளை அழிப்பதில் என்ன பயங்கரம் இருக்கிறது?" என்று செர்வாண்ட் கேட்ட போது ஹென்சிங் சிரித்தபடியே பதில் கூறினார்.

"இது போன்ற ரத்தக் காட்டேரிகளை என்றைக்குமாக நிரந்தரமாக

அழிக்க வேண்டுமென்றால் ஒருவழி தான் இருக்கிறது. அவற்றின் தலையை வெட்டி எடுத்து வாய்க்குள் வெள்ளைப் பூண்டைத் திணிக்க வேண்டும். அதன் பின்னர் இவற்றின் இதயத்தில் மரக் கொம்பை அடித்து இறக்க வேண்டும்."

அதனைக் கேட்டு செர்வாண்ட் மிகவும் கவலையுற்றார். தனக்கு நேசமான ஒரு பெண்ணின் உடம்பை இத்தனை சித்ரவதை செய்து கொடுமைப்படுத்த வேண்டுமா என்று தளர்ச்சியடைந்தார்.

ஆனால் இதனுடைய யதார்த்தத்தை உணர்ந்தபோது அது சாதாரண மாகத் தெரிந்தது. தனக்கு முன்பாக கிடப்பது ரத்த தாகம் கொண்ட ரத்தக் காட்டேரியாயிற்றே!

அது மட்டுமின்றி ஒரு ரத்தக் காட்டேரி எண்ணற்ற ரத்தக் காட்டேரி களை உருவாக்கக் கூடிய வல்லமை உடையதாயிற்றே என்பதை நினைக்கும் போது ஹென்சிங் கூறியபடியே செய்வது சரியென்று தோன்றியது.

அந்தச் செயலை எவ்வாறு செய்வது என்ற யோசனையில் ஆழ்ந்த ஹென்சிங் கடைசியில் ஆர்தரின் முன்னிலையில் அதை நடத்த வேண்டும் என்ற முடிவோடு பூட்டிக் கிடந்த மதிலைத் தாண்டி வெளியே வந்தார். ஆர்தர் லூசியின் காதலராயிற்றே!

மறுநாள் இரவு ஆர்தரை அழைத்துக் கொண்டு அவர்கள் மறுபடியும் கல்லறைக்கு வந்தனர். மதிலைக் கடந்த மயானத்துக்குள் நுழைந் தனர்.

ஆர்தர் மிகவும் துயரப்படுவாரோ என்று அவர்களுக்கு சந்தேகம் எழுந்தது. கல்லறையின் வாசலையைத் திறந்த செர்வாண்ட் எல்லோரும் நுழைவதற்காக ஒதுங்கி நின்றார்.

எல்லோரும் நுழைந்தவுடன் அதன் கதவைப் பூட்டிவிட்டு லாந்தர் விளக்கை ஏற்றி சவப்பெட்டியில் வெளிச்சம் படுமாறு உயர்த்தி பிடித்தார் செர்வாண்ட்.

ஹென்சிங் இருவர் முகத்தையும் மாறி மாறிப் பார்த்தபடி ஸ்க்ரூ டிரைவரை எடுத்து சவப்பெட்டியின் ஆணிகளை ஒவ்வொன்றாக கழற்றத் தொடங்கினார். அதன் பின்னர் மேல் மூடியைத் திறந்து

அப்புறப்படுத்தினார்.

அடக்க முடியாத உணர்வுடன் ஆர்தர் பெட்டி திறந்தவுடன் பாய்ந்து நோக்கினார். அடுத்ததாக இருந்த ஈயத்தகடு அவருக்கு நினைவுக்கு வரவில்லை போலிருந்தது.

ஹென்சிங் அந்த ஈயத்தகட்டையும் கழற்றித் திறந்த போது உட்புறம் காலியாக இருந்தது. அதனைப் பார்த்த மாத்திரத்தில் மூவரும் எதுவும் பேசாமல் சில நொடிகள் மௌனமாக இருந்தார்.

பொறுமையிழந்து போன ஆர்தர் "நீங்கள் வேண்டுமென்றே எங்களை அவமானப்படுத்துவதற்குத் தானே இவ்வாறு செய் தீர்கள்?" என்று கேட்டார்.

ஹென்சிங் அதைக்கேட்டு "நீங்கள் என்ன வேண்டுமானாலும் சொல்லிக் கொள்ளுங்கள். பரிசுத்தமான எதில் வேண்டுமானாலும் தொட்டு நான் சத்தியம் செய்கிறேன். நான் அவளைத் தொடவோ வேறு எங்கேயும் அப்புறப்படுத்தவோ இல்லை. இரண்டு நாட் களுக்கு நானும் செர்வாண்ட்டும் இங்கு வந்திருந்தோம். நல்ல நோக்கத்துடன் தான் இந்த சவப் பெட்டியைத் திறந்தோம் அப்போது இந்தப் பெட்டி இப்போது போலவே காலியாக இருந்தது.

மறுநாளும் வந்து பார்த்தபோது அவள் இந்தப் பெட்டிக்குள் கிடந்தாள். அன்று நாங்கள் சரியான நேரத்துக்கு வந்து சேர்ந்தோம். மறுபடியும் ஒரு தடவை சோதித்துப் பார்ப்பது தான் எங்கள் நோக்கம். ஆனால் அன்றைக்கு முடியாததால் நாங்கள் திரும்பிச் செல்ல நேர்ந்தது.

திரும்பவும் சூரியன் அஸ்தமனமாவதற்கு முன்பு நான் இங்கு வந்து சேர்ந்தேன். இருட்டி விட்டால் காட்டேரிகளால் பயணம் செய்ய முடியும். விடியும் வரை நான் இந்தப் பகுதியிலேயே அலைந்து திரிந்த போதிலும் என்னால் குறிப்பாக எதையும் காணமுடியவில்லை.

வெள்ளைப் பூண்டு மாலை மற்றும் சில பொருட்களுடன் நான் கல்லறை வாசலை பத்திரமாக முடியிருந்ததால் அவளால் அன்று வெளியேற முடியாமல் போயிருந்திருக்கும்.

இன்று சூரியன் மறைவதற்கு முன்பாகவே நான் வெள்ளைப் பூண்டு மாலை மற்றும் பொருட்களை வாசல் பகுதியிலிருந்து அகற்றினேன். அதன் பலன் தான் நாம் இப்போது காணும் காலியான சவப்பெட்டி. நீங்கள் நம்பாது போனாலும் இன்னும் சிறிது நேரத்தில் சில அசாதரணமான காட்சிகளை நீங்கள் காணப் போகிறீர்கள்.''

அவ்வாறு சொல்லி முடித்த ஹென்சிங் லாந்தர் விளக்கின் மீது கடுமையான துணி ஒன்றைப் போட்டு மூடினார். அப்போது இருள் சூழ்ந்து ஒருவித பயங்கரம் ஏற்பட்டது போலிருந்தது.

“வாருங்கள் இனி நாம் வெளியே செல்வோம்” என்று கூறினார்.

எல்லோரும் அவரைப் பின் தொடர்ந்து கல்லறைக்கு வெளியே வந்த போது ஹென்சிங் தன்னுடைய கைப்பையைத் திறந்து அதிலிருந்து ரொட்டித் துண்டுகள் சிலவற்றை எடுத்து வெள்ளைத் துணி ஒன்றில் முடிந்தார்.

பின்னர் இரண்டு கைகளிலும் வெண்மையான ஏதோ ஒரு பொருளை எடுத்தவர் அதை ரொட்டித் துண்டுகளுடன் போட்டுப் பிசைந்தார்.

கல்லறை வாசலிலிருந்து சவப் பெட்டிவரை அதனைத் தூவினார். மற்ற இருவரும் வியப்புடன் அதனைப் பார்த்தபடி விசாரித்தனர்.

“அந்தப் பிசாசு இதற்குள் நுழைய முடியாதபடி கல்லறையை மூடு கிறேன்.''

ஆர்தருக்கு டாக்டரின் இச்செயலில் நம்பிக்கை இல்லை என்பதை அவரது முகமே காட்டிக் கொடுத்தது.

“பிசாசு நுழைய முடியாதபடி அப்படி நீங்கள் எதைப் பயன்படுத்து கிறீர்கள்?” என்று ஆர்தாரிடமிருந்து கேள்வி புறப்பட்டது.

ஹென்சிங் தனது தொப்பியைத் தலையிலிருந்து சற்று உயர்த்திய பிறகு அவர்களிடம் மென்மையாகக் கூறினார்.

“பரிசுத்தமான திரு இதயம் இதை நான் ஆர்ம்ஸ்டார் டாமிலிருந்து கொண்டு வந்திருக்கிறேன் எனக்கு மிகவும் அதிகமான நம்பிக்கை யளிக்கும் ஒரு பொருள்.''

கடவுளை நம்பாத ஆத்திகர்களைக் கூட திடுக்கிட வைக்கும் பதிலாக அது இருந்தது.

ஹென்சிங்குக்கு மிகப் புனிதமானதும் நம்பிக்கை உள்ளதுமான அந்தப் பொருளைப் பயன்படுத்தி அவர் மேற்கொள்ளும் செயல் கண்டிப்பாக பலனளிக்கும் என்று அவர்கள் கருதியதால் அவர்களால் நம்பாமல் இருக்கவும் முடியவில்லை.

8

அந்தக் கல்லறையைச் சுற்றிலும் அவர்களுக்கு எல்லையிட்டுக் கொடுத்த பகுதியில் ஒருவரை ஒருவர் காணமுடியாதபடி மௌனமாக நின்று கொண்டனர்.

நீண்ட நேரமாக அந்த பகுதி இரவின் அமைதியில் ஆழ்ந்திருந்தது. அந்த சூனியத் தன்மை மூச்சைத் திணற வைத்தது.

ஹென்சிங் திடீரென்று தன் சுட்டுவிரலை உதடுகளில் பொருத்தி ஸ்... ஸ்... என்று சத்தம் எழுப்பினார். சிறிது நேரத்தில் யுகலிப்டஸ் மரங்களுக்கு இடையில் வெண்மையான உருவம் ஒன்று நகர்வதை பார்த்தனர்.

தெளிவற்ற மங்கலான உருவமாக இருந்தது அது. அந்த உருவம் தன்னுடைய மார்பில் கன்னங்கரேல் என்று ஏதோ ஒரு பொருளை இறுக்கிப் பிடித்திருந்தது.

திடீரென யாரோ பிடித்து நிறுத்தியதுபோல அந்த உருவம் சட்டென நின்றது. ஒருவித சந்தேகத்துடன் சுற்றும் முற்றும் பார்த்தது. சன்னமான நிலவின் வெளிச்சம் அப்போது கல்லறைப் பகுதியில் பரவியது.

கலைந்து போன கடுமையான கூந்தலை உடைய ஒரு பெண் பிணம் நடந்து செல்வது அவர்களுக்கு தெரிந்தது. சுருண்ட மூடி கொண்ட ஒரு அழகான குழந்தை ஒன்று அவளது மார்பில் கிடப் பதைப் புரிந்து கொண்டதும் அவர்களின் இதயங்கள் படபடக்க ஆரம்பித்து விட்டது.

செர்வாண்ட்டையும் ஆர்தரையும் ஹென்சிங் கைவீசி முன்னெச்சரிக்கை செய்து அசையாது இருக்கும்படி செய்தார்.

திரும்பவும் அவர்கள் அந்த உருவத்தைப் பார்த்தபோது அது முன்னோக்கி நடக்கத் தொடங்கியிருந்தது. அந்த முகத்தைப் பார்த்த அவர்களின் முகம் பனிக்கட்டியைப் போல சில்லிட்டுப் போனது.

லூசியின் முகம் தான் அது. ஆனால் அவளிடமிருந்த பெண்மையின் மென்மை காணாமல் போய்விட்டிருந்தது.

இரக்கமற்ற கருங்கல்லைப் போல அந்த முகம் தோற்றமளித்தது. அவளது முகம் மொத்தத்தில் விகாரமாக மிருகவெறி தோன்ற காட்சி யளித்தது.

இப்போது ஹென்சிங் வேகமாக முன்னோக்கி நடக்க மற்றவர் களும் அவர் பின்னால் சென்றனர். கல்லறையின் வாசலுக்கு முன்பாக நான்கு பேரும் வரிசையாக நின்றனர்.

தனது லாந்தர் விளக்கில் போர்த்தியிருந்த கருப்புத் துணியை ஹென்சிங் அகற்றிய போது அடர்த்தியான வெளிச்சம் அந்த லூசியின் முகத்தில் பதிந்தது.

அவளது உதடுகள் ரத்தச் சிவப்பில் பளபளப்பதையும் ரத்தமானது அவளது தாடை வழியாக வழிந்து கருஞ்சிவப்புக் கறை ஏற்படுத்தி யிருப்பதையும் கவனித்தனர்.

பயத்தினால் எல்லோரும் உறைந்து போயிருந்தனர். ஆர்தரை ஹென்சிங் பாய்ந்து பிடித்திரா விட்டால் அவர் மயங்கி கீழே விழுந்திருப்பார்.

அந்தப் பெண் பிசாசு லூசி என்று செல்வதற்கே பயமாக இருந்தது. அவர்கள் அனைவரையும் அங்கு ஒன்றாகப் பார்த்தபோது அந்தப் பிசாசும் திடுக்கிட்டுப் பின் வாங்கியது.

திடும்மென்று அந்தப் பிசாசை ஹென்சிங் பாய்ந்து பிடித்த போது பூனையிடமிருந்து கிளம்புவது போன்ற ஓர் உறுமல் அவளிடமிருந்து கேட்டது.

அவளது கண்களில் கோபமும் வெறுப்பும் நிறைந்து வழிந்தன. அந்தக் கண்கள் லூசியுடையதாக இருந்தாலும அதில் பழைய அன்பு கனிவு எதுவுமின்றி ஒருவித பிசாசுத் தன்மையின் குரூரம் தான் பிரதிபலித்தது.

அப்போது திடீரென ரத்த தாகம் கொண்ட ஒரு பிசாசு போல ஆர்தரை நோக்கி லூசி இரு கைகளையும் உயர்த்தியபடி நெருங்கினாள். ஆர்தரின் தொண்டைக்குள்ளிருந்து ஒரு வீறல் எழுந்து உயர்ந்தது.

"ஆர்தர் என் அன்புக்குரிய ஆர்தர்.... இவர்களிடமிருந்து விடுபட்டு என்னிடம் வாருங்கள். உங்களுக்காக நான் தாகத்துடன் காத்திருக்கிறேன் வாருங்கள். அன்புக்கு உரியவரே...." என்று லூசி முனகினாள்.

பிசாசின் அந்தக் குரூரக்கவர்ச்சியில் ஆர்தரைப் பொறுத்த மட்டில் ஒரு மயக்கத்துக்கு ஆட்பட்டிருந்தார்.

ஆர்தரும் தன் கைகளை அவளுக்கு நேராக நீட்டினார். அந்தப் பிசாசு அவரது கைகளை பற்றுவதற்கு முன்னோக்கிப் பாய்ந்த போது ஹென்சிங் அவர்களுக்கு நடுவே குதித்து தன்னிடமிருந்த தங்கச் சிலுவையை உயர்த்திக் காட்டினார்.

அதைப் பார்த்தும் லூசி பயந்து பின்னோக்கி நகரத் தொடங்கினாள். பயமும் பயங்கரமும் நிறைந்த முகத்தில் கோபம் சிதற கல்லறைக்குள் நுழைந்து தப்பித்து விட ஓடினாள் லூசி.

கல்லறையின் வாசலுக்கு முன்னால் வரை வந்தவள் இரண்டு அடி தொலைவிலேயே நின்று விட்டாள். ஏதோ ஒன்று தடுத்து நிறுத்தியது போல அவள் திரும்பி நின்ற போது அவள் முகத்தில் படர்ந்த நிலவொளி அவள் குரோதத்தின் உச்சத்தில் இருப்பதை பதிவு செய்தது. அவளது தங்க நிற மேனி கருநீலமாக மாறியது. அரக்கத் தன்மை பொங்க அந்த விழிகளில் ஒரு நச்சுத்தீ கனன்றது.

ரொட்டித் துண்டு தூவப்பட்ட கல்லறைக்கும் உயர்த்திப் பிடித் துள்ள சிலுவைக்கும் நடுவில் லூசி திகைத்துப் போய் செய்வதறியாது நின்றாள்.

"ஆர்தர் எனக்கான நேரம் இதுதான் தயவு செய்து என் வேலையைச் செய்ய எனக்கு அனுமதி தாருங்கள்" என்று ஹென்சிங் வேண்டிக் கேட்டுக் கொண்ட போது 'தங்கள் விருப்பப்படியே எல்லாவற்றை யும் செய்து முடியுங்கள். என்னால் அதனை பார்க்க இயலாது' என்று ஆர்தரும் முகத்தைத் திருப்பிக் கொண்டார்.

ஹென்சிங் லாந்தர் விளக்கைத் தாழ்த்தி அதனைத் தகர மூடியால் மூடினார். அவர் கல்லறைப் பக்கமாக நகர்ந்து அந்தப் பகுதியில் ஏற்கனவே தூவியிருந்த ரொட்டித் துண்டுகளை அங்கிருந்து அகற்றத் தொடங்கினார்.

ஒரு கத்தி முனை கூடச் செலுத்த முடியாத கதவுகளின் இடைவெளி வழியாக அந்த லூசியின் பிரேத உடல் நுழைந்து செல்வதை எல்லோரும் ஆச்சர்யத்துடன் பார்த்தனர்.

அந்த இடைவெளியில் ஹென்சிங் ரொட்டித் துண்டுகளை தேய்த்து அடைப்பதை அவர்கள் நிம்மதி பெருமூச்சுடன் கவனித்தனர்.

"வாருங்கள் நாளை வருவோம். நிறைய வேலைகளை நாளை தான் செய்ய வேண்டியிருக்கிறது" என்று ஹென்சிங் கூறினார்.

ஹென்சிங் லூசி தூக்கி வந்த குழந்தையை எடுத்துக் கொண்டு நேற்று மாதிரியே கனவில் காரக் கண்ணில் படுவதுபோல இக்குழந்தையை விட்டு விட்டு வருவோம் என்று அவ்வாறே செய்தார்.

அதன் பிறகு நடந்து வந்த கொண்டிருந்தபோது ஆர்தரின் கவலை சூழ்ந்த முகத்தைப் பார்த்து விட்டு, "நண்பரே இப்போது நடக்கும் விசயங்கள் கவலை தருவதாக தோன்றினாலும் பின்னாள் நீங்கள் யோசித்துப் பார்க்கும்போது பெருமிதத்துக்குரிய காரியத்தை செய்து முடித்திருக்கிறோம் என்ற சந்தோசமும் நிம்மதியும் ஏற்படும். நாளை இதே நேரம் எல்லாத் துயரங்களும் கரைந்து ஓடிவிடும் பாருங்கள் அது வரை நீங்கள் எதுவும் வருத்தப்பட வேண்டாம்" என்று கூறினார்.

மறுநாள் சரியாக ஒன்றரை மணியான போது மூவரும் கறுப்பு உடையணிந்து மாதா கோயிலை வந்தடைந்தனர்.

எப்பொழுதும் போலவே அவர்கள் மதில் சுவரைத் தாண்டி கல்லறைக்குள் வந்தனர். சவக்குழி தோண்டுபவர்களும், பாதிரி யாரும் அங்கிருந்து கிளம்பிப் போய்விட்டிருந்தனர்.

ஹென்சிங் எப்பொழுதும் கொண்டு வருவதைவிட பெரிய பையை இம்முறை எடுத்து வந்திருந்தார். அந்தப் பையும் மிகவும் கனமாகத் தெரிந்தது.

அந்த இடத்தில் வேறு யாருடைய காலடிச் சத்தமும் கேட்கவில்லை. ஹென்சிங்கைப் பின்தொடர்ந்து அவர்கள் கல்லறையை நெருங்கினர்.

கதவைத் திறந்து உள்ளே நுழைந்த அவர்கள் கதவை மூடினர்.

லாந்தர் விளக்கை ஹென்சிங் ஏற்றினார். மேலும் மெழுகுவர்த்திகள் இரண்டை எடுத்து பற்ற வைத்து சவப்பெட்டியில் அருகில் வைத்தார்.

இப்போது அங்கே அவர்களுக்குத் தேவையான வெளிச்சம் கிடைத் தது. ஹென்சிங் அந்தச் சவப்பெட்டியின் மூடியை உயர்த்தியதும் அவர்கள் அனைவரும் அதற்குள் பயந்து நோக்கினர்.

ஆர்தரின் தலை முதல் கால் வரை ஒருவித நடுங்கம் பரவியது அந்தப் பெட்டிக்குள் நீட்டி நிமிர்ந்து மரணத்தின் முழு வடிவமாக படுத்திருந்தாள் லூசி.

அதனைப் பார்த்துவிட்டு "இது உண்மையிலேயே லூசியின் உடல் தானா அல்லது வேறு ஏதாவது ஒரு காட்டேரியின் வடிவமா" என்று ஆர்தர் கேட்டார்.

"இது அவளது உடம்புதான். ஆனால் வேறொரு முறையில் பார்த்தால் அவளது உடம்பல்ல இது. சிறிது நேரத்திற்குப் பின்னால் இதனுடைய உண்மைத் தன்மையை நான் காட்டுகிறேன்" என்று கூறி விட்டு வழக்கம் போல் பையிலிருந்து சடங்குப் பொருட்களை வரிசையாக எடுக்க ஆரம்பித்து விட்டார் ஹென்சிங்.

இரும்புத்துண்டை முதலில் எடுத்தார். அதனைப் பற்ற வைத்து இணைப்பதற்கான தூளையும் ஈயக்கட்டியையும் எண்ணெய் விளக்கு ஒன்றையும் எடுத்தார்.

அதன்பின்னர் அறுவைச் சிகிச்சைக்கான கத்திகளையும் பிற பொருள் களையும் எடுத்தார். மூன்றடி நீளமும் ஐந்தடி அகலமும் உள்ள மரக்கட்டையிலான ஆப்பு ஒன்றையும் எடுத்து முன்னால் வைத்தார்.

அவருக்கு முன் இருந்த அந்த இரும்புத் தண்டின் முனை மிகவும் கூர்மையாக இருந்தது. அதனருகில் பிரம்பு ஒன்றையும் எடுத்து வைத்தார்.

எல்லோரும் ஹென்சிங் முகத்தையே பார்த்துக் கொண்டிருந்த போது "நமக்கு முன்னால் வாழ்ந்த முன்னோரின் அனுபவம் மற்றும் அறிவால் அவர்கள் புரிந்து கொண்ட ரத்தப் பிசாசுகளை குறித்து தான் நான் சொல்ல வேண்டியிருக்கிறது. இறந்தும் இறவாத ரத்தக் காட்டேரிகளின் அமானுஷ்ய சக்தி பற்றி சில வார்த்தையை கூறி விட்டு என்னுடைய பணியை துவங்கலாமென்று நினைக்கிறேன்" என்றார்.

அவர் என்ன சொல்லப் போகிறார் என்பதைக் கேட்கும் ஆவலில் அவர் முகத்தையே பார்த்துக் கொண்டிருந்தனர்.

"செத்துப் போன மனிதர்கள் ரத்தக் காட்டேரிகளாக மாறும் போது அழிவற்ற தன்மை என்ற சாபமும் அவர்களுக்கு கிடைத்து விடுகிறது. அதற்கு பிறகு அவர்களால் இறக்க முடியாது.

தலைமுறைகளைத் தாண்டிக் கொண்டு அந்த பயங்கரமானவை புதிய புதிய பரம்பரைகளை உருவாக்குகின்றன.

ரத்தக் காட்டேரிகள் தங்களை நிலை நிறுத்திக் கொள்வதற்காக உயிருடன் இருக்கும் தன் இன மக்களைப் பலியிட்டு அவர்கள் ரத்தத்தைக் குடிக்கின்றன. அந்த செயலுக்கு பின்னர் அதற்கு பலியான உயிர்கள் ரத்தக் காட்டேரிகளாக மாறுகின்றன என்பது தான் உண்மை.

ஆர்தர்.... நேற்று லூசி விரும்பியபடி நீங்கள் கடைசி முத்தம் வழங்கி யிருந்தால் நீங்களும் அவளைப் போலவே ஆகியிருப்பீர்கள்.

நீங்களும் அதன் பின் பல காட்டேரிகளை உருவாக்கியிருப்பீர்கள்.

லூசியின் மரணத்துக்கு பிந்தைய ரத்தம் குடிக்கும் வாழ்க்கை இப்போதுதான் ஆரம்பமாகி இருக்கிறது.

இந்த நிலைமையிலிருந்து அவளைக் கொன்று உண்மையான மரணத்துக்கு ஆளாக்கும் பட்சத்தில்தான் நாமெல்லாம் மிகவும் விரும்பும் அந்த மேன்மையான பெண்ணின் ஆன்மா விடுதலை அடையும். மரணத்துக்குப் பின்பு அவளுக்கு கிடைக்க வேண்டிய உரிய இடம் கிடைக்கும். ஆசீர்வதிக்கப்பட்ட ஒரு சைத்தான் அவளை இந்த சாபத்திலிருந்து விடுவிப்பதற்காக கட்டுத்தனி அடிக்க வேண்டும்" என்று ஹென்சிங் கூறினார்.

"அதற்கு மிகவும் தகுதியானவர் ஆர்தர் மட்டும்தான்" என்று செர்வாண்ட் கூறினார்.

ஆர்தர் தன்னுடைய உடம்பில் பரவியிருந்த நடுக்கத்தை மறைத்துக் கொண்டு "நான் என்ன செய்ய வேண்டும் என்று கூறுங்கள்" என்றார்.

"இதோ இந்த கட்டுத்தறியை உங்களின் இடக்கையால் பற்றிக் கொண்டு அவள் இதயத்திற்கு நேர் மேலாக இதன் முனை பொருந்து மாறு சரியாக பிடித்துக் கொள்ளுங்கள். வலது கையால் மரச்சுத்தி யலை எடுத்துக் கொண்டு தயாராகுங்கள். நாங்கள் பிரார்த்தனை செய்யப் போகிறோம் அப்போது கடவுளை தியானித்த படி இந்தக் கட்டுத்தறியை அவளின் மார்பில் அடித்து இறக்குங்கள்.

அத்துடன் அந்தக் காட்டேரி அவளிடமிருந்து விடுபடுவதுடன் லூசியின் ஆத்மா என்றென்றைக்கும் சாந்தியடைந்து விடும்."

ஹென்சிங் கூறியபடியே ஆர்தர் லூசியின் இதயத்தில் அந்தக் கட்டுத் தறியை அடித்து இறக்கத் தயாரான போது அவரது கைகள் சிறிதும் நடுங்கவில்லை.

ஹென்சிங் பிரார்த்தனையில் ஈடுபட்ட போது ஆர்தரின் கையி லிருந்த மரக்கொம்பின் கூர்மையான பகுதி லூசியின் இதயப் பகுதி யில் படிந்தது. ஆர்தர் ஒருவித ஆவேசத்துடன் மரச்சுத்தியலை ஓங்கி ஓங்கி அடித்தார்.

அப்போது பெட்டிக்குள் கிடந்த லூசியின் கோரமான உருவம் தாங்க முடியாத வேதனையில் துடிப்பது போல நெளிந்து புரண்டது. அவளது உதடுகளிலிருந்து மிகவும் கடுமையான வேதனைக் குரல் உயர்ந்து ஒலித்தபோது அந்த பயங்கரமான ஓலம் அந்த மயானப் பகுதி முழுவதும் எதிரொலிப்பதாக தோன்றியது. அவளது உடல் நடுநடுங்கி நெளிந்து துடித்தது.

அவளது கூர்மையான பற்களே அவளின் உதடுகளைக் கடித்துக் கிழித்தன. ஆர்தரின் வலக்கையிலிருந்த மரச்சுத்தியல் மேலும் மேலும் கட்டுத்தறி மீது விசையுடன் பதிந்து கொண்டிருந்தது.

திடுமென்று ஒரு விநாடியில் பிளக்கப்பட்ட அவளது இதயத்தி லிருந்து இளஞ்சூடான ரத்தம் ஒரு நீரூற்றுபோல பீய்ச்சியடித்தது.

அத்துடன் அவளது பிண உடலில் அசைவுகள் படிப்படியாக குறைந்து முகத்தின் தசைகள் இழுபடும் வேகமும் குறைந்தது. கடைசியாக அனைத்து அசைவுகளும் சுத்தமாக நின்றுவிட்டன.

மரச்சுத்தியல் ஒருவித விசையோடு தெறித்து விழுந்த போது ஆர்தரும் பின்னோக்கி சரிந்து விழுந்தார்.

அவருடைய எல்லையற்ற மன வேதனை அவருடைய முகத்தில் தென்பட்டது. அன்புக்குரியவளின் இதயத்தை கூர்மையான மரக் குச்சியால் விளக்கக் கூடிய துயரநிலை வேறு யாருக்கும் நேர்ந் திருக்காது.

சிறிது நேரத்தில் மயக்கத்திலிருந்து மீண்டெழுந்தவரைப் போல எல்லோரையும் ஆச்சர்யப்படுத்தியபடி எழுந்த ஆர்தரின் முகத்தில் மகிழ்ச்சியும் நிம்மதியும் தென்பட்டது.

எல்லோருடைய கண்களும் சவப்பெட்டி நேராகப் பார்த்தன. இதுவரை பயத்துடனும் வெறுப்புடனும் மட்டுமே பார்க்க முடிந்த லூசியின் பிசாசு முகம் மாறி எல்லோரும் நேசித்த களங்கமற்ற ஒரு பெண்ணின் முகமாக இப்போது தென்பட்டாள்.

ஆத்ம சாந்தியடைந்த அனுபவம் அந்த முகத்தில் அப்போது தென் பட்டது.

“ஆர்தர் உங்கள் அன்புக்குரிய காதலியை இப்போது தாங்கள் தாராளமாக முத்தமிட்டுக் கொள்ளலாம் அவள் இறப்பதற்கு முன்பு இருந்த மாதிரியே இப்போது இருக்கிறாள். ரத்தக் காட்டேரியாக இருந்த லூசி நிரந்தரமாக இவளை விட்டு போய்விட்டாள். கடவுளின் விருப்பப்படி இயல்பான மரணத்தால் மறைந்த சாதாரண மனிதப் பெண்ணாக இப்போது இருக்கிறாள்.”

ஹென்சியை சொல்லி முடித்ததும் ஆவலுடன் குனிந்து ஆர்தர் லூசியை முத்தமிட்டார்.

அதன் பின்னர் மற்றவர்களை போகச் சொல்லி விட்டு செர்வாண்டும் ஹென்சியும் லூசியின் இதயத்தில் அடித்து இறக்கப்பட்ட கட்டுத்தறியின் உடம்புக்கு மேல் தென்பட்ட பகுதியை அறுத்து எடுத்தனர்.

மற்ற பகுதி அடித்து இறக்கிய நிலையில் அப்படியே இருந்தது. பின்னர் அவளின் தலையை வெட்டி அகற்றினர்.

அவளுடைய வாய்ப்பகுதியில் வெள்ளைப் பூண்டைத் திணித்து நிறைத்தனர். ஈயத்தகட்டினை உருகி இணைத்தனர். சவப் பெட்டியை ஏற்கனவே இருந்தது போல ஆணியடித்து இறக்கிய பின்பு கல்லறையை விட்டு வெளியேறினர்.

நிரந்தரமான பூட்டு ஒன்றினை அந்தக் கல்லறை வாசலில் பூட்டினர்.

கல்லறையை விட்டு வெளியே வந்த ஹென்சி “நண்பர்களே ஒரு பெரிய பணிமுடிந்து விட்டது. ஆனால் இந்தக் கொடுமையான அனுபங்களுக்கெல்லாம் காரணமான அந்த பயங்கர ரத்தக் காட்டேரியாகிய டிராகுலா பிரபுவைக் கண்டுபிடித்து அதை அழிக்க வேண்டும். இதற்கு உங்கள் அனைவரின் ஒத்துழைப்பும் தேவை” என்றார்.

அவர்கள் நிச்சயமாக தாங்கள் ஒத்துழைப்பதாக வாக்குறுதி தந்தனர்.

“இன்னும் இரண்டு நாள் சென்று என்னுடைய வீட்டுக்கு வாருங்கள். உங்களுக்கு புதிதாக சிலரை அங்கே நான் அறிமுகப்படுத்துகிறேன். அதன் பிறகு ஒட்டு மொத்தமாக சேர்ந்து நாம் வேட்டையைத் தொடங்குவோம்” என்றார் ஹென்சிங்.

அவர் குறிப்பிட்ட நாளில் அவரது வீட்டுக்கு செர்வாண்ட்டும், ஆர்தரும், க்வின்செய் என்பவரும் சென்றனர்.

ஜோனாதன் ஹார்க்கருக்கு டிராகுலா கோட்டையில் நிகழ்ந்த அத்தனை அனுபவங்களையும் மீனா ஹார்க்கர் தெளிவாக குறிப் பிட்டிருந்தாள்.

அப்போது ஹென்சிங் தான் பேசத் தொடங்கினார். “அந்த பயங்கர மான மனித வடிவத்தின் வரலாற்றையும் நீங்கள் தெரிந்து கொண் டால் தான் அதன் பின்னர் நாம் எப்படி செயல்பட வேண்டும் என்பதை முடிவு செய்ய முடியும்.”

“ரத்தக் காட்டேரிகள் ஒரு தடவை கடிப்பதால் மட்டும் எவரும் மரணமடைவதில்லை. அதன் காரணமாக அவைகளுக்கு தைரியம் ஏற்பட்டு விடுகிறது. திரும்பத் திரும்ப அந்த தீய செயலில் ஈடுபடு கின்றன. நமக்கு பிரச்சனை ஏற்படுத்தியுள்ள இந்த ரத்தக் காட்டேரி யானது இருபது மனிதர்களின் வலுவைக் கொண்டது.

மேலும் அவை பத்து மடங்கு மனிதர்களை விட தந்திரம் உடையது. தலைமுறை தலைமுறையாக அந்த அறிவும் அதற்கு வளர்ந்து கொண்டே போகிறது. அவைகளிடம் ஏராளமான கெட்ட ஆவி களின் தன்மையும் உண்டு. எல்லா ஆவிகளையும் கட்டுப்படுத்தும் ஆட்டிப் படைக்கும் திறமையும் உண்டு.

இந்த காட்டேரிகளுக்கு எலி, பாம்பு, ஆந்தை, வௌவால், புழுக்கள், நரிகள், ஓநாய் போன்றவை அடிமைகள். தன்னுடைய உருவத்தை எந்த அளவுக்கும் பெரிதாக்கவோ சிறிதாக்கவோ முடியும். மின்னல் போல மறையவும் சூனியப் பகுதியில் திடீரென தோன்றவும் இவற்றால் முடியும்.”

ஜோனாதன் ஹார்க்கர் செர்வாண்டின் கைகளைப் பற்றினார். பின்பு ஹென்சிங்கிடம் கூறினார். ‘தாங்கள் மேற்கொள்ளவிருக்கும் பணியில் என்னையும் சேர்த்துக் கொள்ளுங்கள்.’

டிராகுலா பிரபுவுக்கு எதிரான வேட்டை தொடங்குவதன் சபதம் அங்கே மேற்கொள்ளப்பட்டது.

“முதலில நாம் டிராகுலா பிரபுவின் வல்லமை குறித்து ஓரளவுக்குத்

தெரிந்து கொள்ள வேண்டும். கால ஓட்டத்தில் மரணமடையாமல் அழிவற்று உயிர்வாழ்வது அந்த பிசாசின் நிலை. உயிருடன் இருப்பவர்களின் ரத்தத்தை குடித்து வலுப்பெற்று வருகிறது. புதிய ரத்தத்தைப் பருகப் பருக இளமையடையும். ரத்தத்தின் அளவை யொட்டி அதனிடம் அசாதாரணத் தன்மைகள் ஏற்படும். உணவு அருந்தாமல் வாழ்வது அதன் இயல்பு."

ஆம் உண்மைதான் நம்முடைய ஜோனாதன் ஹார்க்கர் டிராகுலா பிரபுவோடு சிலகாலம் தங்கியிருந்தவர். அது உணவு அருந்துவதை ஒரு போதும் அவர் பார்த்ததில்லை. முகம் பார்க்கும் கண்ணாடியில் அதன் உருவம் தெரியாது.

திடும்மென்று ஒரு ஓநாயாகவோ அல்லது வௌவாலாகவோ அதனால் சுலபத்தில் மாற முடியும். ஏன் திடுமென்று பனிமூட்ட மாகவோ நிலாவில் ஒரு பனித்துளியாகவோ மாற முடியும். ஒரு தலைமுடி கூட கடக்க முடியாத இடைவெளியில் கூட அதனால் கடந்து செல்ல முடியும்.

ஆனால் இவ்வளவெல்லாம் செய்ய முடிந்தாலும் சில விஷயங்களில் மிகவும் பலவீனமானது என்பதையும் சொல்லியாக வேண்டும். விரும்பும் எந்த இடத்திலும் அதனால் தானாக நுழைந்து விட முடியாது.

யாராவது ஒருவரால் ஒருமுறையாவது அழைத்து வரப்பட்டால் மட்டுமே நுழைய முடியும். அதன் பிறகு எப்போது வேண்டுமானா லும் நுழைந்து விடும்.

சூரியன் உதித்து விட்டால் இந்த ரத்தக் காட்டேரியின் தைரியம் யாவும் பறந்து போய் விடும் நடுமதியம், சூரியோதைய வேளை. அஸ்தமான வேளை ஆகிய நேரத்தில் மட்டும் இதனால் உருமாற முடியும்.

அதே போல சிலுவை போன்ற புனிதமான ஒரு பொருளுக்கு முன்பாக அதனால் நிற்க முடியாது. காட்டு ரோஜா செடியின் கிளை களை அதன் சவப்பெட்டி மீது வைத்தால் அதன் பிறகு அதனால் அசைய முடியாது.

பிரார்த்தனை செய்து மந்திரம் சொல்லி பரிசுத்தம் செய்த வெடிகுண்டு ஒன்று அதன் உடலைத் துளைத்தாலும் அது மரணம் அடைந்து விடும். அதே போல பிரார்த்தனையால் மந்திரிக்கப்பட்ட மரத்தாலான ஈட்டி ஒன்றை அதன் மார்பில் பதித்தாலும் அதே முடிவுதான்.

அந்த மனிதப் பிசாசை மட்டும் நாம் கண்டுபிடித்து விட்டால் அதன் சவப்பெட்டியிலேயே வைத்து அடக்கம் செய்துவிட முடியும்.இந்த டிராகுலா பிரபு காட்டேரியைப் பற்றி புடாபெஸ்ட் பல்கலைக் கழகத்தில் பணிபுரியும் என் நண்பர் ஒருவர் மூலமாக சில கூடுதல் தகவல்களை தெரிந்து வைத்திருக்கிறேன்'' என்று கூறி ஹென்சிங் நிறுத்திய போது அது என்ன என்ற ஆர்வம் முன்னாலிருந்த எல்லோர் முகத்திலும் பளிச்சென வெளிச்சமிட்டது.

ஹென்சிங் மீண்டும் தொடர்ந்தார். "வோய்வோஸ் டிராகுலா என்ற பிரபு தான் இது. துருக்கி நாட்டின் எல்லையில் அவர்களுடன் போர் புரிந்த புகழ்பெற்ற பிரபு தான் இவர். உயிரோடு இருக்கும் போதே இவர் சாதாரணமான மனதரில்லை, டிராகுலா பிரபுவின் வம்சம் மிகவும் புகழ் பெற்றது.

அவரது வம்சா வழியினர் மந்திரசித்துக்களும் அற்புத வல்லமையும் பெற்றவர்ள். அவர்களில் ஒரு சிலர் ஹெர்மன்ஸ்டாடு நதிக்கு அப்பாலுள்ள மலைப்பகுதிகளுக்குச் சென்று சைத்தானின் அருள் பெறுவதற்காக துர்பூசைகள் பலவும் செய்தார்களாம்.

பழமையான நூல்களில் இந்த டிராகுல பிரபுவை ரத்ததாகம் கொண்ட பிசாசு என்றும், ரத்தம் குடிக்கும் வௌவால் என்றும் வர்ணிக்கப்பட்டுள்ளது.

சரி நாம் என்ன செய்ய வேண்டுமென்பதை தீர்மானிப்போம். ஜோனாதன் ஹார்க்கர் சொன்ன தகவல்படி டிராகுலா கோட்டையி லிருந்து மண் நிறைக்கப்பட்ட சுமார் ஐம்பது பெட்டிகள் வீட்ஸ்பி நகரை அடைந்திருக்கின்றன. அவையத்தனையும் கார்ஃபாக்ஸ் மாளிகைக்கு கொண்டு செல்லப்பட்டு உரியவரிடம் ஒப்படைக்கப் பட்டிருக்கின்றன.

அந்தப் பெட்டிகளில் சிலவற்றை அங்கிருந்து அகற்றியிருப்பது தெரிகிறது. அந்த மீதமுள்ள பெட்டி எங்கே இருக்கின்றன என்பதை விசாரணை செய்ய வேண்டும்.''

ஹென்சிங் அவ்வாறு கூறிக் கொண்டிருக்கும்போது திடும்மென்று வீட்டுக்கு வெளியே கைத்துப்பாக்கியால் சுடும் சத்தம் கேட்டது.

கண்ணாடி ஜன்னல் ஒன்றில் துப்பாக்கி குண்டு பாய்ந்து உடைந்த சிதறியது. அந்த சத்தத்தில் எல்லோரும் மிரண்டு போய் துள்ளி எழுந்தனர். அடுத்த சில நிமிடங்களில் வெளியே இருந்து மிஸ்டர் மாரிங் உள்ளே வந்தார்.

எல்லோருடனும் இவ்வளவு நேரமும் ஹென்சிங் பேசுவதைக் கேட்டுக் கொண்டிருந்த மிஸ்டர் மாரிங் எப்போது அந்த இடத்தை விட்டுப் போனார் என்பதையே யாரும் கவனிக்கவில்லை.

''சாரி.... எல்லோரும் பேசிக்கொண்டிருக்கும்போது பெரிய வௌவால் ஒன்று இங்கேயிருந்த ஜன்னல் சட்டத்தில் வந்து அமர்ந்ததைப் பார்த்தேன். எந்த சப்தத்தையும் எழுப்பாமல் அது அங்கு அமர்ந்தது. எனக்கு வௌவால் என்றால் பயம், அதுதான் வெளியில் போய் வௌவாலைச் சுட்டேன்'' என்றார் மாரீஸ்.

''நீங்கள் அதைக் காயப்படுத்தினீர்களா'' என்று ஹென்சிங் கேட்டார்.

''காயம்பட்டதாகத் தெரியவில்லை. அது தொலைவிலுள்ள காடுப் பகுதியை நோக்கி பறந்து சென்றதைப் பார்த்தேன்'' என்றார்.

ஹென்சிங் அதன் பிறகு அதைப் பற்றி ஏதும் கேட்காமல் தொடர்ந்து பேசினார்.

''லண்டனுக்கு டிராகுலா பிரபு கொண்டு வந்த பெட்டிகள் ஒவ்வொன்றையும் நாம் கண்டுபிடிக்க வேண்டும். டிராகுலா பிரபு வின் ரகசியமான இடத்தைக் கண்டுபிடித்து அங்கேயே அந்த மண்ணை செயலற்றதாக்க வேண்டும்.

அந்த காட்டேரி இனிமேல் அந்த இடத்திற்கு அபயம் தேடி வர முடியாதபடி செய்ய வேண்டும். கடைசியில் அதன் மனித வடிவத்தினை கண்டுபிடித்து மதியத்திற்கும் மாலை நேரத்திற்கும்

இடைப்பட்ட நேரத்தில் அது மிகவும் சோர்வாக இருக்கும் போது நாம் அழித்து விடலாம்.”

மறுநாள் டிராகுலா பிரபுவின் இருப்பிடத்தை எப்படி நாம் கண்டுபிடித்தாக வேண்டும் என்ற லட்சியத்துடன் அவர்கள் கிளம்பினர்.

“அந்த பழைய கட்டிடத்தில் எலித் தொல்லை அதிகம். ஆனாலும் அதற்கு என்னிடம் ஒரு மாற்று வழி இருக்கிறது” என்று விசில் ஒன்றை எடுத்துக் காட்டினார் ஹென்சிங்.

அவர்கள் அனைவரும் வெறிமதிலைத் தாண்டிக் குதித்து உள்ளே நடந்தனர். அந்தப் பகுதியில் நிலவின் வெளிச்சம் பரவியிருந்தது.

அந்தக் கட்டிடத்தின் திண்ணைப் பகுதியை கடந்தும் ஹென்சிங் தனது பையிலிருந்து சில பொருட்களை வெளியே எடுத்து வரிசை யாக வைத்தார்.

அப்போது ஹென்சிங் அவர்களைப் பார்த்து “நாம் ஒரு மிகப்பெரிய ஆபத்தான பயணத்தில் இறங்கியிருக்கிறோம். நமது எதிரி ஆவி வடிவமானது மட்டுமல்ல. அதற்கு இருபது மனிதர்களின் பலம் இருக்கிறது என்பதையும் நாம் நினைவில் வைத்துக் கொள்ள வேண்டும்.

நம் அத்தனை பேருடைய குரல் வளையும் கடித்துக்குதற அதற்கு சில நிமிடங்களே போதுமானது. ஆனாலும் நம்முடைய தைரியமும் ஒற்றுமையும் நம்மை வெல்ல வைக்கும். நாம் நம்மை தற்காத்துக் கொள்ளும் முயற்சி தான் மேற்கொள்ளலாமே தவிர எதிர்த்து தாக்க முடியாது” என்று கூறியபடியே தனது பையிலிருந்து வெள்ளியிலான சிலுவை ஒன்றை எடுத்து ஜோனாதனிடம் கொடுத்தார்.

செர்வாண்டிட் ஒரு பூமாலையைக் கொடுத்தபடி ‘இது வெள்ளைப் பூண்டின் பூக்களால் கோர்க்கப்பட்ட மாலை நீங்கள் இதனைப் போட்டுக் கொள்ளுங்கள்’ என்றார்.

இன்னும் சில பொருட்களை எடுத்து மற்றவர்களிடம் கொடுத்து அதன் பாதுகாப்பு மகத்துவம் பற்றிக் கூறினார்.

செர்வாண்ட் தனது பையிலிருந்த சாவிக் கொத்து ஒன்றை எடுத்து அதில் இருந்த ஒவ்வொரு சாவியையும் கல்லறையின் கதவில் போட்டுத் திருப்பினார்.

அதில் கடைசிச் சாவி கதவில் பொருந்தியவுன் கதவு திறந்து கொண்டது. அந்தக் கதவைத் திறந்தவுடன் எல்லோரும் ஒருவித நடுக்கத்தை உணர்ந்தனர். ஹென்சிங்தான் வழக்கம் போல முதன் முதலாக உள்ளே காலடி எடுத்து வைத்தார்.

"பிதாவே உங்களின் திருநாமம் என்றென்றும் எங்களுக்குத் துணை யாக இருக்கட்டும்" என்று நெஞ்சில் சிலுவை போட்டு பிரார்த்தனை செய்தபடி கதவை இழுத்துச் சாத்தினார்.

பின்னர் தங்கள் கையிலிருந்த விளக்குகளை எரியவிட்டு அந்த அறைகள் ஒவ்வொன்றையும் சோதனையிடத் தொடங்கினர். அப்பகுதி முழுவதும் தூசுப்படலமாக இருந்தது.

அந்த அறையின் நடுவில் ஒரு மேஜை கிடந்தது. அதன் மேல் ஒரு சாவிக்கொத்தும் காணப்பட்டது.

"ஜோனாதன்... உங்களுக்கு இந்த இடத்தைப் பற்றி நன்றாகத் தெரியு மல்லவா? இந்த இடத்தை டிராகுலா பிரபுவுக்கு விலை பேசி வாங்கத் தானே டிராகுலா பிரபுவின் கோட்டைக்கு பயணம் செய்தீர்கள்? பிரார்த்தனை அறைக்குச் செல்லும் வழி எதுவென்று காட்டுங்கள்" என்றார் ஹென்சிங்.

ஜோனாதனுக்கு அந்தக் கட்டிடத்தின் ஒவ்வொரு மூலைமுடுக்கும் மிகவும் பழக்கமாக இருந்தது. எனவே அவர் ஒரு வழிகாட்டியைப் போல முன்புறமாக நடக்கத் தொடங்கினார்.

பல வளைவுகளையும் திருப்பங்களையும் கடந்து கடைசியாக ஓக் மரத்தில் வடிவமைக்கப்பட்டு இரும்புச் சட்டங்கள் பொருத்திய வாசல் பகுதியை அடைந்தனர். 'இது தான் அந்தப் பகுதி' என்று ஜோனாதன் கூறினார்.

ஹென்சிங் அந்தக் கதவிக்கான சாவியை சிரமப்பட்டு கண்டுபிடித்து திறந்தார்.

அந்தக் கதவைத் திறந்த மாத்திரத்தில் கடுமையான துர்நாற்றைத்தை உணர்ந்தனர். புனிதமான லட்சியத்திற்காக அவர்கள் அனைவரும் ஒன்று சேர்ந்திருந்ததால் அவர்களுக்கு அந்த துர்நாற்றத்தை தாங்கிக் கொள்ளும் வல்லமை இருந்தது.

"இங்கு எத்தனை பெட்டிகள் மீதமுள்ளதென முதலில் கண்டுபிடிக்க வேண்டும். அதன் பிறகு ஒவ்வொரு மூலை முடுக்கையும் விடாமல் தேடி மற்ற பெட்டிகள் எங்கே என்பதைக் கண்டறிய வேண்டும்.

அங்கே இருபத்தொன்பது பெட்டிகள் இருந்ததை எண்ணிக் கொண்டனர். ஜோனாதனுக்கு அந்த இருட்டு அறையில் எங்கோ டிராகுலா பிரபுவின் கோரமான முகத்தின் பயங்கரமும் ஜொலித்து கொண்டிருக்கும் உதடுகளும் தங்களைக் கவனித்துக் கொண்டிருப்பதைப் போன்று உணர்ந்தார்.

அந்தப் பயத்துடன் தன் கையிலிருந்த விளக்கை அந்தப் பக்கமாக நகர்த்தியபின் ஜோனாதன் அந்த வராண்டாவைப் பார்த்தார் அங்கு எதுவுமே தென்படவில்லை.

அப்போது அங்கிருந்த மூலைப் பகுதியை சோதித்துக் கொண்டு இருந்த மாரீஸ் திடுமென்று ஓர் அலறலுடன் திடுக்கிட்டுப் பின் வாங்கியதை எல்லோரும் பார்த்தனர்.

நட்சத்திரங்களைப் போல ஜொலிக்கும் வெளிச்சம் ஒன்று அந்தப் பகுதியில் பளபளப்பது தென்பட்டது. சட்டென அங்கிருந்து கடுமையான பருமனான பெருச்சாளிகள் வெளிவரத் தொடங்கின. அவை ஒருவிதமான பயங்கர சத்தத்துடன் வெளிவந்தன.

அந்த சில நிமிடங்கள் எல்லோரும் அதிர்ந்து போய் அசைவற்று நின்ற போது செர்வாண்ட் வாசல் கதவை சட்டென திறந்து தன்னிட முள்ள விசிலை எடுத்து காதைத் துளைக்கும் சத்தத்துடன் ஊதத் தொடங்கினார்.

அதன் எதிரொலியாக செர்வாண்ட் வீட்டிலிருந்து கண்மூடித் திறப்ப தற்குள் பிரம்மாண்டமான மூன்று வேட்டை நாய்கள் உரத்த குரைப் பொலியோடு பாய்ந்து வந்து மூன்று பக்கங்களிலும் நின்று கொண்டன.

சில நிமிடங்களுக்குள் எலிகளின் எண்ணிக்கை அதிகரித்து அறை முழுக்க அடைத்து நிற்பது போல பளபளப்பான கண்களால் அவை பயமுறுத்தின.

அதே சமயம் அந்தக் கதவைத் திறந்தபோது மூன்று நாய்களும் நாலா புறமும் அந்த எலிக் கூட்டத்தின் மீது பாய்ந்து பிடுங்கத் தெடங்கி விட்டன. சிறிது நேரத்திற்குள்ளேயே அந்த வேட்டை நாய்கள் அந்த எலிக்கூட்டத்தை கொன்று விரட்டியடித்து விட்டன.

அதனைப் பார்த்த பின்பு தான் அங்கிருந்தவர்களுக்கு மூச்சு வந்தது. அத்துடன் இன்றைய தேடுதல் வேட்டையை நிறுத்திக் கொள்ளலாம் என்று முடிவு செய்தனர்.

மறுநாள் ஹென்சிங்குக்கு டிராகுலா பிரபு அந்த கட்டிடத்திலிருந்து வெளியேறவில்லை என்ற உண்மை எதிர்பாராத விதமாக தெரிய வந்தது.”

உடனே எல்லோரையும் அழைத்து ‘அந்த ரத்தக்காட்டேரி இன்னும் அந்தக் கட்டிடத்திலேயே தான் இருக்கிறது. தாமதமின்றி பயங்கர ஆயுதங்களுடன் நாம் அங்கு செல்வோம்’ என்று ஹென்சிங் கூறியதும் எல்லோரும் புறப்பட்டனர்.

9

எல்லோருடைய பயமும் உச்சத்தை எட்டி யிருந்தது அந்நேரத்தில் ஹென்சிங் திரும்பவும் எல்லோருக்கும் எச்சரிக்கை செய்தார். 'நாம் போரிடப் போவது சாதாரண எதிரியிடம் இல்லை எப்போதும் நினைவில் கொள்ளுங்கள்.'

ஜோனாதனை உடனே அழைத்து வரும்படி ஹென்சிங் கூறியதால் மற்றவர்கள் அவருடைய படுக்கை அறைக்கு சென்று கதவைத் தட்டினர்.

எத்தனை முறை தட்டியும் கதவு திறக்காததால் எல்லோரும் சேர்ந்து கதவில் மோதி முட்டித் தள்ளினர். தாழ்ப்பாள் பெயர்ந்து கதவு பெரும் சத்தத்துடன் விழுந்தது.

அங்கே அவர்கள் கண்ட கோரக்காட்சி எல்லோரையும் நடுங்கச் செய்தது. ஜன்னலுக்கு அருகிலிருந்த கட்டிலில் ஜோனாதன் ஹார்க்கர் வெளிறிய முகத்தடன் பயந்து மிரண்டதால் துருத்தி நிற்கும் கண்களுடன் ஏதோ ஒரு மயக்கத்தில் ஆழ்ந்திருப்பது போல கிடந்தார்.

கட்டிலின் கோடியில் முழந்தாளிட்டு கட்டிலின் பக்கவாட்டில் கைகளை ஊன்றிப் பின்புறமாக வளைந்து வெளிப்புறத்தைப் பார்த்த வாறு கிடந்த உருவம் மீனாவுடையது.

அவருக்கு அருகில் கறுப்பு உடையால் மொத்த உடலையும் மூடி யிருந்த உயரமான மெலிந்த மனித வடிவம் ஒன்று நின்று கொண்டிருந்தது.

அவர்கள் எல்லோரும் அந்த உருவத்தைக் கூர்ந்த போது அது டிராகுலா பிரபு தான் என்பது தெரிய வந்தது.

டிராகுலா பிரபு தன்னுடைய இடக்கையில் மீனாவுடைய இரண்டு கைகளையும் சேர்த்துப் பிடித்திருந்தது. வலது கையால் அவளது கழுத்தின் பின்பகுதியை இறுக்கிப் பிடித்திருந்தது.

மேலும் அவளைத் தன் மார்போடு சேர்த்து இழுத்துப் பிடித்துக் கொண்டிருந்தது. அவளது இரவு உடை ரத்தத்தில் ஊறி நனைந் திருந்தது.

டிராகுலா பிரபுவின் மார்புப் பகுதியிலிருந்து ஓர் அருவி போல வடிந்துக் கொண்டிருந்த ரத்தப் பாய்ச்சலைக் கண்டு அவர்கள் எல்லோரும் மிரண்டு போய்விட்டனர்.

அந்த அறைக்குள் அவர்கள் நுழைந்து விட்ட காலடிச் சத்தம் கேட்டு திரும்பினார் டிராகுலா பிரபு. அவரது நெற்றியில் அந்தக் காயம் அப்படியே இருந்தது.

அவரது கண்கள் தீக்கங்குகளாக ஜொலித்துக் கொண்டிருந்தன. நீண்டு வெளுத்திருந்த அவரது மூக்கு முனைகள் நடுங்கித் துடித்தது. ரத்தம் சொட்டிக் கொண்டிருந்த அந்த உதடுகளுக்குப் பின்னால் காட்டு விலங்கினுடையது போன்ற கோரைப் பற்கள் நெறிபடுவது தெரிந்தது.

அந்தக் கட்டிலை நோக்கி தன்னுடைய இரையைத் தள்ளிவிட்டு பயங்கர சத்தத்துடன் உறுமியபடி அந்த உருவம் அவர்களை நோக்கிப் பாய்ந்தது.

ஹென்சிங் அதனை எதிர்பார்த்திருந்ததைப் போல சட்டென பரிசுத்தமான ரொட்டித் துண்டுகள் நிறைந்த பையை அதற்கு நேராக

நீட்டினார். கல்லறைத் தோட்டத்தில் முன்பு லூசி செய்ததைப் போல டிராகுலா பிரபு சடக்கென்று பின்வாங்கி நின்றார்.

அவர்கள் யாவரும் சிலுவையுடன் தன்னை நோக்கி நெருங்கு வதைப் பார்த்து டிராகுலா பிரபு பின்நோக்கி நகர்ந்து போய்க் கொண்டே இருந்தார்.

அப்போது கருமேகம் ஒன்று நிலாவை மறைத்தது போலிருந்தது. இவர்கள் விளக்கை ஏற்றுவதற்குள் தெளிவற்ற புகைப்படலமாக டிராகுலா பிரபு மறைந்து போனார்.

அதன் பின்னர் ஹென்சிங்கும் ஆர்தரும் மீனாவிடம் சென்ற போது காதுகள் செவிடாகிப் போகும் வண்ணம் பயங்கரமாக அலறினாள்.

டிராகுலா பிரபுவின் மிருகத்தனமாக பிடியில் அகப்பட்டுக் கன்றிப் போன கைகளால் முகத்தைப் பொத்தியபடி மீனா கதறிக் கொண்டி ருந்தாள். அந்த ரத்தக் காட்டேரி ஏற்படுத்திய மயக்க நிலையில் ஜோனாதனும் ஆழ்ந்திருந்தார்.

ஹென்சிங் துணி ஒன்றைத் தண்ணீரில் நனைத்துப் பிழிந்து ஈரத்துடன் அவர் உடலை துடைக்கத் தொடங்கினார்.

அதன் பின்னர் ஹென்சிங் ஜன்னலுக்கு வெளியே வேடிக்கை பார்த்தார். அச்சமயம் ஜோனாதன் கண்விழித்தார். உடனே அவர் செர்வாண்ட்டைப் பார்த்து 'இங்கு என்ன நடந்தது? சொல்லுங்கள்' என்று திகைப்பிலிருந்து விடுபடாதவராய் கேட்டார்.

ஹென்சிங் அவரைப் பார்த்து 'திகைப்படைய வேண்டாம் ஹார்க்கர் நாங்கள் எல்லோரும் இங்கு இருக்கும் போது எந்த ஒரு தீய சக்தியாலும் உங்களை நெருங்க முடியாது. இந்த இரவில் உங்களுக்கு பாதுகாப்புக்கு எந்தக் குறையும் கிடையாது நாங்கள் பார்த்துக் கொள்கிறோம்' என்றார்.

ஆனால் ஜோனாதன் அந்தப் பதிலால் திருப்தியடையவில்லை. என்ன நடந்தது என்று துருவிக் கொண்டே இருந்தார். ஹென்சிங்கும் நடந்ததைக் கூறினார். அப்போது தான் ஆர்தரும் க்வின்செயும் திரும்பவும் அறைக்குள் நுழைந்தனர். டிராகுலா பிரபுவைத் தேடி அந்த பங்களா முழுவதும் சுற்றிப் பார்த்து விட்டு திரும்பியிருந்தனர்.

“அது இங்கிருந்து எப்படியோ தப்பித்து விட்டது. நிச்சயம் இப்போது அதனுடைய இடத்தில் தான் இருக்கும் என்று நினைக் கிறேன். மிகக் குறுகிய நேரத்திற்குள் இங்கிருந்த குறிப்புகளையெல் லாம் மிச்சம் வைக்காமல் எரித்து சாம்பலாக்கி விட்டது” என்று ஆர்தர் கூறினார்.

“இனிமேல் ஒரு வினாடி நேரத்தைக் கூட வீணாக்கக் கூடாது. அந்த டிராகுலாவை சீக்கிரம் நம்முடைய கட்டுப்பாட்டிக்குள் கொண்டு வராவிட்டால் அது நம் எல்லோரையும் ஒரு வழி பண்ணி விடும்” என்று க்வின்செ கூறியபோது அவரது முகம் பயத்தில் உறைந்து போயிருந்தது.

கார்பக்ஸுக்கு செல்வதென்று தீர்மானித்தனர். ஏற்கனவே ஒரு முறை சென்று வந்ததால் இப்போது அதிகச் சிரமமில்லாமல் டிராகுலா பிரபுவின் அழுக்கும் தூசியும் படிந்த அசிங்கமான கட்டடத்துக்குள் நுழைய முடிந்தது.

அங்கிருந்த பிரார்த்தனை அறையின் இருட்டில் அவர்கள் ஏற்கனவே பார்த்த பிரம்மாண்டமான பெட்டிகளுக்கு முன்பாக போய் நின்றார் ஹென்சிங்.

“இப்போது நாம் மிகவும் முக்கியமான ஒரு காரியத்தைச் செய்ய வேண்டியுள்ளது. அந்த ரத்தக் காட்டேரி நீசத்தனமான உபயோகத் துக்காக கொண்டு வந்துள்ள இந்த மண்பெட்டிகளை நாம் புனிதப் பொருள் மூலமாக பயனற்றதாக்க வேண்டும்” என்று கூறியவாறு ஸ்குரூடிரைவரையும் சுத்தியலையும் கையில் எடுத்தார்.

சில நொடிகளில் அந்தப் பெட்டியின் மூடியைத் திறந்த போது பிண நாற்றம் உள்ளே இருந்த மண்ணிலிருந்து கிளம்பி குடலைப் புரட்டியது.

தன்னுடைய பைக்குள் இருந்த ரொட்டித் துண்டுகளை எடுத்து அந்தப் பெட்டிக்குள் போட்டு பழையபடி மூடினார். அவ்வாறே எல்லா பெட்டிகளிலும் போட்டு மூடினார்.

“இது போலவே மீதமுள்ள பெட்டிகளிலும் செய்து விட்டால் இன்று மாலை மதிய நேரத்துக்குள் மேடம் மீனாவின் உற்சாகம் பழையபடி

திரும்பி விடும். அந்த சைத்தானின் பற்கள் பதிந்த அடையாளமும் மறைந்து விடும்" என்று ஹென்சிங் கூறினார்.

மீதமுள்ள ஒன்பது பெட்டிகள் பிரஞ்சுத் தெருவில் உள்ள பழைய கட்டடத்தில் ஒளித்து வைக்கப்பட்டிருப்பதை அறிந்து அதனையும் பயனற்றுப் போக்க செய்ய வேண்டுமென்பது இவர்களின் இலட்சியமாக இருந்தது.

அவர்கள் அங்கு சென்றபோது அந்த ஒன்பது பெட்டிகளில் ஒன்று காணாமல் போயிருந்தது. அதனைக் கண்டுபிடிப்பதுவரை அவர் களின் தேடுதல் ஓயப் போவதில்லை என்று முடிவு செய்தனர்.

அங்கிருந்த எட்டு பெட்டிகளிலும் புனிதமான ரொட்டித் துண்டு களைப் போட்டு பழையபடி மூடினர். சிறிது தூரத்தில் மனிதர் எவரும் குடியிருக்காத ஒரு பழைய வீட்டைப் பார்த்தனர். அந்தக் கட்டடத்துக்கு எப்படியும் டிராகுலா வரும் என்று எதிர்பார்த்து காத்திருந்தனர்.

வெகுநேரம் காத்திருந்தபின் ஒரு கட்டத்தில் க்வின்செ ஒரு கையை உயர்த்திக்காட்டி கூர்ந்து கவனிக்குமாறு சைகை செய்தார்.

அச்சமயம் வெளிப்புற வாசல் கதவின் சாவி துவாரத்தில் சாவி ஒன்றை நுழைத்து திருகும் சத்தம் அவர்களுக்கு கேட்டது.

ஹென்சிங்கும் ஆர்தரும் கதவின் பின்புறப் பக்கவாட்டுகளில் மறைந்து நின்று கொண்டனர். டிராகுலா பிரபு கதவைத் திறந்த வுடன் கவனித்துக் கொள்ளுமாறு ஹென்சிங்கும் வாசலைக் கடந்த பிறகு அதன் முன்னேற்றத்தை தடுக்க ஜோனாதனும் நியமிக்கப் பட்டனர்.

க்வின்செயும் ஆர்தரும் ஜன்னலை நோக்கி நகரத்தக்க விதத்தில் பார்வையில் படாமல் ஒதுங்கி நின்றனர். உள்ளே கேட்கத் தொடங்கிய ஒவ்வொரு காலடிச் சுவடும் ஒவ்வோர் இடி முழக்க மாக தோன்றியது.

அப்போது ஒரே பாய்ச்சலில் டிராகுலா பிரபு அறைக்குள் வந்து சேர்ந்தார். அவருக்கு நேராக ஒரு விரலைக் கூட நீட்ட ஒருவருக்கும் வாய்ப்பு ஏற்படவில்லை.

ஒரு கறுஞ்சிறுத்தையின் வேகப் பாய்ச்சலையும் அந்த முழுக்க ஒரு அமானுஷ்ய சத்தியையும் உணர்ந்தனர். முதலில் ஆர்தர் தான் வேக மாகப் பாய்ந்து சென்று கதவுக்கு முன்பாகப் போய் நின்று கொண்டார்.

டிராகுலா பிரபு அவர்களைக் கவனித்து ஒரு பயங்கர மிருகம் போல உறுமியது. சேனபாவேசமான அந்த உறுமலைத் தொடர்ந்து கூர்மை யான வெளுத்த கோரைப் பற்கள் வெளியே தென்பட்டது.

டிராகுலா பிரபு மீதான தாக்குதல் திட்டத்தை ஏற்கனவே அவர்கள் தீர்மானித்திருந்ததால் குபீரென அவர்கள் யாவரும் டிராகுலா மீது பாய்ந்தனர்.

ஆனால் அவர்கள் யாவரையும் ஒரே வீச்சில் தூற வீசியது டிராகுலா. அந்த அதிர்ச்சியில் தாங்கள் என்ன செய்வது என்று புரியாமல் ஒரு கணம் அவர்கள் திணறினார்கள்.

ஆயினும் ஜோனாதன் ஹார்க்கர் தன்னை சுதாரித்துக் கொண்டு சட்டென்று உருவிய தனது கூர்மையான பீச்சுவாலை அந்த உருவத்தை நோக்கி விசையுடன் வீசினார்.

ஆபத்தான அந்த வீச்சிலிருந்து மிக சாதாரணமாக டிராகுலா பிரபு தப்பித்துக் கொண்டார். அதற்குள் அந்தப் பிச்சுவாலை கைப்பற்றிக் கொண்ட ஜோனாதன் மறுபடியும் டிராகுலா பிரபுவை நோக்கி வீசினார்.

ஹென்சிங் இடக்கையில் பரிசுத்த ரொட்டி நிறைந்த பை மற்றும் சிலுவையை உயர்த்திக் காட்டியபடி டிராகுலா பிரபுவை நோக்கி முன்னேறினார். அதே சமயம் மற்றவர்களும் அதை நோக்கி மோதினர்.

டிராகுலா பிரபுவின் முகம் கடும் வெறுப்பையும் கோபத்தையும் கக்கியபடி கோரப் பிசாசின் முழுவடிவமாக நின்றது.

மறுவினாடி ஜோனாதனின் கைகளின் இடைவெளி வழியாக ஜன்னல் மூலம் பாய்ந்தார்.

“என்னை ஒரேயடியாக விரட்டி விடலாம் என்று நினைக்கிறீர்களா? நான் ஓய்வெடுப்பதற்கு ஒரு இடம் கூட இல்லாமல் ஆக்கி விட்ட

தாக நீங்கள் ஆணவம் அடைகிறீர்களா? எனக்கு ஏராளமான இடங்கள் இருக்கிறது. அவற்றை பல நூற்றாண்டுகளாக பராமரித்து வருகிறேன். நீங்கள் அனைவரும் சீக்கிரமே என்னுடையவர்களாகி விடுவீர்கள்" என்று கூறிய டிராகுலா பிரபு சட்டென மறைந்து போனார்.

துரு ஏறிய அந்தக்கதவு இழுத்தடைக்கும் சத்தம் அவர்கள் எல்லோருக்கும் கேட்டது.

"வாருங்கள் எல்லோரும் முடிந்த வரையில் சீக்கிரமாக அதைப் பின் தொடர வேண்டும். அது என்ன ஐம்பமாக பேசுகிறது பார்த்தீர்கள? அதற்கு இடம் தேவைப்படும் அவசரம் அதுதான் அப்படி தவிக் கிறது."

ஹென்சிங் அவ்வாறு கூறியதும் பாய்ந்து அவர்கள் எல்லோரும் தாவி அந்த டிராகுலா பிரபுவை தொடர்ந்தார்கள்.

டிராகுலா பிரபு நுழைந்த தொழுவத்தின் கதவு உட்புறமாகத் தாழிடப்பட்டிருந்தது. அவர்கள் அதைத் திறந்து கொண்டு உள்ளே போனபோது அங்கே பிரபுவின் அடையாளம் ஏதும் இல்லை.

☠

10

ஜோனாதன் நன்றாக உறங்கிக் கொண்டிருந்ததைப் பார்த்துவிட்டு மீனா அவரைத் தட்டி உசுப்பினாள்.

தூக்கத்திலிருந்து படக்கென்று கண்ணை விழித்த ஜோனாதன் "என்ன மீனா ஏன் என்னை எழுப்பினாய் ஏன் பதட்டமாக இருக்கிறாய்?" என்று கேட்டார்.

"நான் உடனே ஹென்சிங்கைப் பார்க்க வேண்டும் போல இருக்கிறது. பொழுது விடிவதற்கு முன்னால் என்னை தூக்க மயக்கத்துக்கு உட்படுத்தினால் என்னால் சிலவற்றை கூறமுடியும் போலத் தோன்றுகிறது. நீங்கள் சீக்கிரமாக சென்று அவரை அழைத்து வருகிறீர்களா?" என்று மீனா கூறியதைக் கேட்டு ஜோனாதன் ஆச்சர்யமடைந்தார்.

ஜோனாதன் ஹென்சிங் அறைக்கு செல்வதற்காக கதவைத் திறந்த போது அங்கே டாக்டர் செர்வாண்ட் அந்த அறைவாசலில் அமர்ந்து காவல் புரிந்து கொண்டிருந்தார். ஜோனாதனைப் பார்த்ததும் பதட்டத்துடன் எழுந்து! என்ன ஏதாவது பிரச்சனையா? என்று

கேட்டார்.

"இல்லை.... மீனா உடனே ஹென்சிங்கைப் பார்க்க வேண்டு மென்று கூறுகிறார்" என்று கூறினார். சில நிமிடங்களுக்குள் ஹென்சிங் மீனா இருந்த அறைக்கு வந்து சேர்ந்தார்.

மாரீசும் ஆர்தரும் சந்தேகத்துடன் வாசலிலேயே நின்று கொண் டனர். மீனாவைப் பார்த்தவுடன் ஹென்சிங் மிகவும் மகிழ்ச்சி யடைந்தார்.

"பார்த்தீர்களா நமக்கு பழைய மீனா கிடைத்து விட்டாள்" என்று உற்சாகத்துடன் ஹென்சிங் கூறினார்.

இப்போது மீனாவின் பக்கம் திரும்பியவர் "நான் உங்களுக்கு என்ன செய்ய வேண்டும். என்னை அழைத்ததற்கு ஏதாவது ஒரு முக்கிய மான காரணம் இருக்கும் என்று நினைக்கிறேன்" என்றார்.

"ஆமாம், நீங்கள் உடனடியாக என்னை மயக்க நிலைக்கு ஆட்படுத்த வேண்டும். பொழுது விடிவதற்கு முன்னாலேயே நீங்கள் இதனைச் செய்ய வேண்டும். அப்போது தான் நான் பலவிசயங்களை சுதந்திர மாக பேச முடியும்..." என்றாள் மீனா.

சில நிமிடங்களில் ஹென்சிங் மீனாவை மயக்க நிலைக்கு உட்படுத்தி னார். அதன் பிறகு மிகவும் சன்னமான குரலில் அவளுடன் பேசத் தொடங்கினார்.

"நீங்கள் இப்போது எங்கே இருக்கிறீர்கள்?"

"எனக்குத் தெரியாது. உறக்கத்தின் போது குறிப்பாக எனக்கு இன்ன இடமென்று ஒன்று கிடையாது" என்று கூறிய மீனாவின் குரல் என்னவோ கரகரவென்றிருந்தது.

"உங்கள் கண்களுக்கு என்ன தட்டுப்படுகிறது என்பதை தெளிவாகக் கூறுங்கள்"

"என்னைச் சுற்றிலும் ஒரே கும்மிருட்டு தான் இருக்கிறது. ஒன்றுமே தெரியவில்லை என்னால் எதையுமே பார்க்க முடியவில்லை" என்றாள் மீனா.

“அப்படியானால் உங்கள் காதுகளில் என்ன சத்தம் கேட்கிறது?”

“தண்ணீரின் சலசலப்புச் சத்தம். அது ஒரு விசையோடு பாய்ந்து கொண்டிருக்கிறது. சின்னச் சின்ன அலைகள் துள்ளிக் குதிக்கின்றன. இந்தச் சத்தங்கள் என்னுடைய காதுகளில் தெளிவாகக் கேட்கிறது.”

“சரி நீங்கள் சொல்லும் இடம் கப்பல் தானே.... கப்பலில் தானே நீங்கள் இருக்கிறீர்களா?” என்று ஹென்சிங் சந்தேகத்தினை உறுதிப் படுத்த கேட்டார்.

“ஆமாம்”

“வேறு ஏதாவது சத்தம் கேட்கிறதா?”

“தலைக்குமேல் ஆட்கள் சத்தம் எழுப்பியபடி நடப்பதும் இங்கு மங்கும் பரபரப்பாக ஓடுவதும் சங்கிலியைப் பிடித்து இருப்பதும் நங்கூரத்தை உயர்த்தும் சத்தங்களும் கேட்கின்றன.”

அப்படிச் சொல்லிக் கொண்டிருக்கும் போதே மீனாவின் திறந்த கண்கள் மெதுவாக மூடிக் கொண்டன.

ஹன்சிங் மீனாவை தலையணையில் சாய்த்து உறங்கச் செய்துவிட்டு எழுந்தார்.

“நண்பர்களே! நாம் இனியும் ஒரு நிமிடத்தை கூட வீணாக்கக் கூடாது. மீனா குறிப்பிடுவது ஒரு கப்பலைத்தான் என்றாலும் அந்தக் கப்பல் எங்கேயுள்ளது என்பதை தெரிந்து கொள்ள முடியவில்லை. ஆனால் ஒன்று மட்டும் புரிகிறது. தப்பித்துச் செல்லும் பரபரப்பில் டிராகுலா பிரபு கப்பலில் ஏறிவிட்டது மட்டும் உறுதியாகிவிட்டது.

இந்த பரபரப்பான லண்டன் மாநகரம் தனக்கு சரிப்படாது என்று முடிவுக்கு வந்து விட்டது டிராகுலா பிரபு. அதனால் தான் மண் நிரப்பப் பட்ட தன்னுடைய கடைசிப்பெட்டியுடன் தப்பிக்க முயற்சி செய்கிறான்.

அவனைத் தப்பிக்க விடக் கூடாது, எப்படியும் பின் தொடர வேண்டும். ஒரு மனநிறைவான விசயம் என்னவென்றால் இப்போது அது பயணிக்கும் கப்பல் அத்தனை விரைவாக கரையை நெருங்கி விடாது. கப்பல் கரையை நெருங்குமட்டும் அதனால் தப்பித்து விட முடியாது.” என்றார் ஹென்சிங்.

டிரான்சிஸ் வேனியாவுக்குத் திரும்பிச் செல்வது தான் டிராகுலா பிரபுவின் நோக்கம் என்பதில் அவர்களுக்கு எந்தவித சந்தேகமும் இல்லை. அது டான்யூப் நதிவழியாகவா அல்லது கருங்கடல் வழி யாகவா என்பதை அவர்களால் யூகிக்க முடியவில்லை.

முந்தைய இரவுப் பொழுதில் கருங்கடல் வழியாக பயணம் செய்யும் கப்பல்கள் எத்தனை புறப்பட்டுள்ளன என்பதை விசாரித்தனர்.

விசாரித்த போது 'சரினாகாதரைன்' என்ற ஒரேயொரு கப்பல் மட்டும் கருங்கடல் வழியாகப் பயணம் கிளம்பியுள்ளது என்ற தகவல் அவர்களுக்கு கிடைத்தது.

அதில் தான் டிராகுலா பிரபு பயணம் மேற்கொண்டிருக்க வேண்டும் என்பது உறுதியாயிற்று. அதனை மேலும் உறுதிப்படுத்திக் கொள்ள டூலிவார்ஃபை அடைந்து அங்கிருந்த துறைமுக அதிகாரிகளிடம் விசாரித்தனர்.

அவர்களிடம் பணத்தை கொடுத்து விசாரித்தபோது முந்தைய நாள் மதியத்துக்குப் பிறகு உயரமான மெலிந்த மனிதன் ஜொலிக்கும் கண்கள் நீண்டு வளர்ந்த மூக்கு பளபளக்கும் பற்களுடன் வந்திருந் தார். கறுப்பு உடை அணிந்திருந்தார் என்று கூறினார்.

பிரம்மாண்டமான பெட்டி ஒன்றை குதிரை வண்டியிலிருந்து பல கூலிக்காரர்களின் உதவியுடன் இறக்கி கப்பலில் ஏற்றினார்களாம்.

அந்தப் பெட்டியைக் கப்பலில் எங்கே வைப்பது என்பது தொடர் பாக கப்பல் கேப்டனிடம் நீண்ட வாக்குவாதத்தில் அவர் ஈடுபட்டா ராம். பின்னர் அவர் விருப்பப்படியே கேப்டன் ஒப்புக் கொண்டா ராம்.

கப்பலின் கீழ்தளத்தில் பெட்டியைப் பத்திரப்படுத்தியிருந்ததைப் பார்த்தப் பின்தான் திருப்தியுடன் கப்பலின் மேல்தளத்திற்கு சென்றாராம் அவர்.

பனிமூட்டம் காரணமாக அங்கு நின்றிருந்த மனிதரை அதன் பிறகு வேறு யாரும் பார்க்கவில்லையாம். அவர் காணாமல் போனதைப் பற்றி யாரும் பொருட்படுத்தியதாகவோ தேடியதாகவோ தெரிய வில்லை.

டிராகுலா பிரபு ஏறித் தப்பிக்க முயன்ற சரினா காதரைன் என்ற கப்பல் தேம்ஸ் நதியைக் கடந்து விட்ட செய்தி ஹென்சிங் மற்றும் நண்பர்களுக்கு கிடைத்தது.

அந்தக் கப்பல் மிகுந்த விரைவாக பயணம் செய்தால் கூட குறைந்த பட்சம் வார்னாவை அடைய மூன்று வார காலமாகும். அந்த டிராகுலா பிரபு என்னதான் சக்தியை பிரயோகப்படுத்தினாலும் இரண்டு நாள் அல்லது மூன்று நாள் வேண்டுமானால் முன்னதாகப் போய்ச் சேர முடியும். ஆக எப்படிப் பார்த்தாலும் இரண்டுவார காலம் அவர்களுக்கு அனுகூலமாக இருந்தது.

"அந்தக் கப்பல் அங்கு போய்ச் சேர்வதற்கு ஒருநாள் முன்பாக நாம் அங்கு சென்று சேர்வது தான் நல்லது. மேலும் பயணத்துக்கு தேவையான ஏற்பாடுகளைச் செய்யவும் நமக்குப் போதுமான கால அவகாசம் உள்ளது. எல்லாவிதமான ஆயுதங்களையும் கொண்டு செல்ல வேண்டும்."

அப்போது க்வின்செ கூறினார் : "நாம் செல்லவிருக்கும் நாடு ஓநாய்கள் பூமி என்று கூறுகிறார்களே. அப்படியானால் வின்செஸ்டர் துப்பாக்கியை கண்டிப்பாக எடுத்துச் செல்ல வேண்டும்."

"மிகவும் சரி, அவ்வாறே செய்யலாம். எவ்வளவு சீக்கிரம் நம்மால் அங்கு போக முடியுமோ அவ்வளவு சீக்கிரம் போவதுதான் நல்லது என்பது என் கருத்து." என்றார் ஹென்சிங்.

அதற்கு மறுநாள் விடிகாலைப் பொழுதுக்கு முன்பாக மீனாவை ஹென்சிங் மயக்கத்திலாழ்த்திய நிலையில் பல விபரங்கள் கிடைத்தன.

டிராகுலா பிரபு அவளிடம் ஏற்படுத்திய ஒரு வடு இருக்கும் வரையில் பிரபுவின் கட்டளைப் படி நடக்க வேண்டியவள் அவள். அவள் மூலமாக எதிரிகளின் நடமாட்டத்தையும், நடவடிக்கைகளையும் டிராகுலா பிரபுவினால் தெரிந்து கொள்ள முடியும்.

மறுநாளே வார்னாவுக்கு பயணம் செல்ல தீர்மானித்தனர்.

அப்போது மாரீஸ் "நாம் அங்கே போய் முதலில் என்ன செய்ய வேண்டும்" என்று சந்தேகம் கேட்டார்.

"அந்தக் கப்பலில் நாம் முதலில் நுழைவோம். அந்தப் பெட்டியை கண்டுபிடித்து அதன் மீது காட்டு ரோஜாவின் கொம்பை வைப்போம். அந்தக் கொம்பு அங்கு உள்ளவரை எந்த ஒன்றும் அதிலிருந்து வெளியேற முடியாது" என்றார் ஹென்சிங்.

பயணத்திற்கான பொருட்கள் சிலவற்றை வாங்குவதற்காக அப்பொழுதே ஹென்சிங் புறப்பட்டார்.

டிராகுலா வேட்டைக்காக மீனா ஹர்க்கன் உள்பட எல்லோரும் ஆயுத்தமாகி விட்டனர். பாரீஸ் நகருக்கு அக்டோபர் பனிரெண்டாம் தேதி இரவில் வந்து சேர்ந்து விட்டனர்.

மறுநாள் காலை ஐந்து மணியளவில் அவர்கள் வார்னாவை அடைந்தனர். அங்கு ஓய்வு எடுக்கும் நேரத்தில் ஹென்சிங் மீனாவை திரும்பவும் மயக்கத்தில் ஆழ்த்தினார்.

அந்தக் கப்பலிலிருந்து இறங்கி டிராகுலா பிரபு வேறு பாதையில் பயணம் செய்து கொண்டிருக்கும் தகவலை மீனா மூலம் அறிந்தார். புரூத், செரீத் என்ற இரண்டு நதிகளில் ஏதோ ஒன்றின் மூலம் டிராகுலா பிரபு தனது கோட்டையை நோக்கிப் பயணம் செய் திருக்க வேண்டும் என்று தீர்மானித்தனர்.

மீனாவை மயக்கத்தில் ஆழ்த்திப் பார்த்தபோது மூடப்படாத படகில் டிராகுலா பிரபு பெட்டிக்குள் கிடப்பதாகத் தோன்றியது. பசுக்கள் மற்றும் கால்நடைகளின் குரல்கள் கேட்பதாக மீனா குறிப்பிட்டதால் கரைப்பகுதிக்கு அந்தப் படகு நெருங்கி இருக்க வேண்டும் என்று முடிவுக்கு வந்தனர்.

டிராகுலா பிரபுவின் பயணப் பாதையை தெரிந்து கொண்டோம். பகல் நேரத்தில் தண்ணீரில் அந்த டிராகுலாவைப் பிடித்து விட்டால் நமது வேலை சுலபமாகிவிடும். பெட்டியைச் சுமந்து செல்லும் படகில் உள்ளவர்களுக்கு சந்தேகம் வரும் என்ற காரணத்தால் படகி லிருந்து டிராகுலா பிரபு அத்தனை சீக்கிரம் வெளியே வரமாட்டார்.

படகோட்டிகளுக்கு விசயம் தெரிந்தாலும் அவர்கள் பெட்டியை ஆற்றுக்குள் தள்ளிவிட்டு விடுவார்கள். பெட்டி தண்ணீருக்குள் மூழ்கி விட்டாலும் டிராகுலா பிரபு அழிந்து போய்விட வேண்டியது

தான். எனவே அந்த டிராகுலா பெட்டியை விட்டு எந்தக் காரணம் கொண்டும் வெளியே வர முடியாது” என்றார் ஹென்சிங்.

அதன் பிறகு யார்யார் என்ன பணிமேற்கொள்ள வேண்டும் என்பதை திட்டமிட்டனர்.

“ஜோனாதன் வேகமாகப் பயணம் செய்யும் நீராவிப் படகில் டிராகுலாவைப் பின் தொடரட்டும். மாரீஸும் செர்வாண்டும் குதிரைகள் மீதேறி ஆத்தங்கரை ஓரமாகவே ரோந்து சுற்றி வரட்டும். நானும் மேடம் மீனாவும் எதிரியின் பகுதிக்குள் நேரடியாகப் போய் விடுகிறோம்” என்றார் ஹென்சிங்.

சொன்னபடியே ஜோனாதன் செல்ல வேண்டிய நீராவிப்படகு வந்து சேர்ந்தது. மாரீஸுடம் டாக்டர் செர்வாண்ட்டும் பயணம் செய்யத் தேவையான குதிரைகளும் வந்து சேர்ந்தன.

ஹென்சிங்கும் மீனாவும் வெரங்ட்ரா நகர் செல்லும் ரயிலில் புறப் படத் தயாராயினர். அங்கிருந்து குதிரை வண்டி அமர்த்தி பயணம் செய்யலாம் என முடிவெடுத்திருந்தார்.

எல்லோரும் தேவையான ஆயுதங்களை எடுத்துக் கொண்டனர். புரூத் நதியில் ஜோனாதனும் க்வின்செயும் பயணம் செய்யும் நீராவிப் படகு விரைந்து கொண்டிருந்தது. நதியின் அந்தப்பகுதி மிகவும் ஆழமாக இருந்ததால் படகு முழுவேகத்தில் விரைந்து கொண்டிருந் தது.

ஹென்சிங் போர்கோ கணவாயை அடைந்திருந்தார். மீனாவை மயக்கமுறச் செய்து அவர் அவ்வப்போது முடிந்த மட்டும் தகவல் களை தெரிந்து கொண்டே வந்தார்.

சீக்கிரமாகவே அவர்கள் கணவாயின் நுழைவுப் பகுதிக்கு வந்தனர் அப்போது அசாதாரணமான ஆவேசத்துடன் இடுங்கிய வழி ஒன்றை சுட்டிக் காட்டியபடி ‘இதுதான் வழி’ என்று கூறினாள் மீனா.

மீனா காட்டிய திசையில் ஹென்சிங் பார்த்தார். அங்கே ஒரு பாதை இருந்தது. புக்சேனவினாவிலிருந்து பிஸ்ட்ரீஸ் செல்லும் முக்கிய மான சாலை அல்ல அது.

பனிபடர்ந்து தெளிவற்று இருந்த போதிலும் அந்தப் பாதையில் பழக்கமானது போல் குதிரைகள் பயணம் செய்தன.

ஜோனாதன் தன்னுடைய டைரியில் குறிப்பிட்டிருந்ததைப் போல அந்தப் பாதையில் அவர்கள் மணிக்கணக்கில் பயணம் செய்தனர்.

டிராகுலா பிரபுவின் கோட்டையை நெருங்க நெருங்க மீனாவின் உடல்நிலையில் ஏதோ ஒரு மாற்றம் ஏற்படுவதைப் பார்த்தார் ஹென்சிங்.

அப்போது மீனாவை மயக்கத்தில் ஆழ்த்த முயன்று தோற்றுப் போனார் ஹென்சிங். மனித நடமாட்டமே இல்லாத மலைகள் நிறைந்த பாலைவனப் பகுதியில் அவர்களின் பயணம் தொடர்ந்து கொண்டிருந்தது. மீனா நன்றாக உறங்கலானாள்.

மீனா என்ன காரணத்தினாலோ சாப்பாடு வேண்டாம் என்று கூறி விட்டாள். அந்த பயங்கரமான பகுதியில் அமானுஷ்ய சக்திதான் அவளைச் செயலற்றதாக்கி உள்ளது என்று நினைத்தார்.

சூரியன் மறையும் வேளையில் அவர்கள் செங்குத்தான மலையின் உச்சியில் இருந்தனர். அதன் உச்சியில் ஜோனாதன் கூறியது போல ஒரு கோட்டை இருந்தது.

தங்கள் பயணம் ஒரு முடிவுக்கு வந்து விட்டது என்பதை உணர்ந்தார் ஹென்சிங். பனிபடர்ந்த அந்தப் பாதையில் சன்னமாக வெளிச்சம் மட்டும் தென்பட்டது.

ஹென்சிங் வண்டியை நிறுத்திவிட்டு குதிரைகளை அவிழ்த்து மரத்தடியில் கட்டிப் போட்டார். சாய்ந்த மரத்துண்டுகளை பொறுக்கி வந்து நெருப்பை மூட்டினார். பின்னர் அதற்கு அருகில் கம்பளிப் போர்வை ஒன்றை விரித்து அதில் மீனாவை வசதியாக படுக்க வைத்தார்.

அங்கே ஹென்சிங் இரவுக்கான உணவைச் சமைத்தார். அப்போது மீனா தனக்கு பசிக்கவில்லை என்று கூறிவிட்டாள். ஹென்சிங்கும் அவளை வற்புறுத்தவில்லை.

ஹென்சிங் சாப்பிட்டபின் மீனாவைச் சுற்றிலும் ஒரு பெரிய வட்டம் போட்டு அந்தப் பகுதியில் புனித ரொட்டித் துண்டுகளைத் தூவி

னார். மீனா எந்த அசைவுமின்றி அத்தனையையும் பார்த்துக் கொண்டே இருந்தாள். அவள் முகம் வெளிறிப் போயிருந்தது.

மீனாவை அந்த நெருப்புக் கணப்புக்கு அருகில் வரும்படி அழைத்தார் அவர். ஆனால் மீனா எழுந்தவள் இரண்டு அடி எடுத்து வைத்து சட்டென யாரோ தன்னை தாக்கி நிறுத்தியது போல நின்று விட்டாள். ஹென்சிங் அவளைச் சோதிக்கத்தான் அவ்வாறு செய் தார்.

“என்னம்மா மீனா என்ன ஆகிவிட்டது? ஏன் அப்படியே நின்று விட்டீர்கள்?” என்று ஹென்சிங் கேட்ட போது “என்னால் முடிய வில்லை” என்று மீனா வேதனையால் துடித்தவளாக கூறினாள்.

ஹென்சிங் எதிர்பார்த்ததும் அதுதான். மீனாவின் உடம்பில் தான் ஆவி புகுந்திருக்கிறது. ஆத்மாவில் இல்லை. அது இன்னும் புனித மாகவே இருக்கிறது என்பதை உறுதி செய்து கொண்டார்.

என்னவோ தெரியவில்லை குதிரைகள் பயங்கரமாக குரல் எழுப்பி அழுதன. ஹென்சிங்கின் கரம்பட்டவுடன் சிலிர்த்து நன்றியுடன் அவரது கரங்களை நக்கின.

இரவின் கடைசி ஜாமத்தில் விறகுகள் எரிந்து தீர்ந்து போயிருந்ததால் ஹென்சிங் மேலும் விறகுகளைப் போட்டு நெருப்பு மீட்டும் முயற்சி யில் ஈடுபட்டார்.

அப்போது பனித்துளிகள் காற்றில் பறந்து வந்து நெருப்பைச் சுற்றி சுற்றி வட்டமிட்டன. திடும்மென அந்த பனிப்படலம் பளபளப்பான உடையணிந்த பெண் உருவங்களாக மாறின.

ஹென்சிங்கின் மனமும் பயத்தால் ஊசலாடியது. புனிதமான ரொட்டித் துண்டுகளால்தான் உருவாக்கிய விட்டப் பரப்புக்குள் தான் இருக்கிறோம் என்ற உணர்வு ஏற்பட்டதால் சற்று ஆறுதல் அடைந்தார்.

ஹென்சிங் மிகுந்த யோசனையோடு அடுத்து என்ன செய்யலாம் என்று இருந்தபோது அந்த வெண்மையான உருவங்கள் வட்டப் பகுதிக்கு வெளியே சூழ்ந்து கொண்டு நடனமாடத் தொடங்கின.

ஜோனாதன் ஏற்கனவே விவரித்திருந்த அந்த இளம்பெண் பிசாசுகளை ஹென்சிங் உற்றுக் கவனித்துக் கொண்டிருந்தார்.

அந்தப் பெண் பிசாசுகள் குரூரமாக மீனாவைப் பார்த்து சிரித்தன. அவை யாவும் மீனாவைப் பார்த்து 'சகோதரி வாருங்கள் அங்கிருந்து இறங்கி எங்களுக்கு அருகே வாருங்கள்' என்று அழைத்தன.

ஹென்சிங் ஒரு கையில் கொள்ளிக்கட்டையுடன் மறுகையில் ரொட்டித் துண்டுகளை வைத்துக் கொண்டு அந்தப் பெண் பிசாசு களை நோக்கி சென்றபோது அவை சட்டென பின்னோக்கி நகர்ந்து கொண்டன.

விடியலின் கதிர்கள் படர்ந்தும் அந்தக் கோரப் பிசாசுகள் பனித்துளி களாக மாறி நிறைந்தன. பின்னர் அந்த பனித்துளிகள் கோட்டையின் பக்கமாக சென்றதாக ஹென்சிங்குக்கு தோன்றியது.

புனித வட்டத்துக்குள் மீனா பத்திரமாக இருப்பதை உறுதி செய்து கொண்ட பிறகு ஹென்சிங் டிராகுலா கோட்டைக்குள் அன்றைக்கு மதிய நேரத்துக்கு பின்பு சென்றார்.

டிராகுலா கோட்டையின் எல்லா கதவுகளும் திறந்து கிடந்தன. ஆனாலும் ஜோனாதனுக்கு ஏற்பட்டது போல தனக்கும் நேர்ந்து விடக்கூடாது என்பதற்காக அனைத்துக் கதவுகளின் தாழ்ப்பாள் களையும் அடித்து நொறுக்கினார்.

அந்தக் கோட்டையின் திறந்து கிடந்த வாசலின் உட்புறமிருந்து வந்த நாற்றம் தாங்க முடியாத அளவுக்கு இருந்தது. அந்தப் பெண் பிசாசுகள் ஓய்வு எடுக்கும் மூன்று சவப்பெட்டிகளும் அந்தக் கோட்டைக்குள் தான் இருக்க வேண்டுமென நினைத்தார் ஹென்சிங்.

அதில் ஒரு பெட்டியை தேடிக் கண்டுபிடிக்கவும் செய்தார் ஹென்சிங். அந்த சவப்பெட்டியில் மிகுந்த கவர்ச்சியுடன் ஒரு இளம் பெண் படுத்துக் கிடப்பதைக் கண்டார். அதன்பின் மேலும் இரண்டு சவப் பெட்டிகளையும் கண்டுபிடித்தார். அவற்றில் உறங்கிக் கொண்டிருந்த மூன்று ரத்தக் காட்டேரிகளையும் அழித்தார் ஹென்சிங்.

அந்தப் பெண் பிசாசுகளின் இதயங்களில் கூர்மையான மரக் கம்புகளை அடித்து இறங்கினார். அந்த பிசாசுகள் அலறித்துடிக்க அவற்றின் மார்பு மற்றும் வாய்ப் பகுதிகளிலிருந்து கெட்டியான ரத்தம் பீய்ச்சியடித்தது.

ஹென்சிங் தன்னுடைய தேடுதல் வேட்டையை இன்னும் தொடர்ந் தார். அவர் தேடிய சவப்பெட்டியை கடைசியாக ஓரிடத்தில் கண்டார்.

அது மிகவும் பெரியதாக ராஜதோரணையில் கம்பீரமாகத் ெரிந்தது. அதன் மேற்புறம் டிராகுலா என்று ஒரு வார்த்தை மட்டும் எழுதப் பட்டிருந்தது.

ஒரு வழியாக அதுதான் டிராகுலாவின் இருப்பிடப் பகுதி என்பதை அறிந்து கொண்டார் மிகவும் ஆவேசம் கொண்டவராக அந்தப் பெட்டியை ஹென்சிங் திறந்தார்.

அதன் உட்புறம் காலியாக இருந்தது. உடனே ஹென்சிங் அந்த டிராகுலா அந்த இடத்துக்கு ஒரு போதும் திரும்பி வரமுடியாதபடி அந்தப் பெட்டிக்குள் ஏராளமான புனித ரொட்டித் துண்டுகளைத் தூவினார்.

அதன் பிறகு அந்தக் கோட்டையிலிருந்து வெளியேறுவதற்கு முன்பாக ஹென்சிங் அங்கு இருந்த எல்லா வழிகளிலும் பரிசுத்த ரொட்டித் துண்டுகளைத் தூவி அவற்றை டிராகுலா கடந்து செல்ல முடியாதபடி செய்தார்.

அவற்றையெல்லாம் பரிசுத்த ஆன்மாவின் பெயரால் கட்டிப் போட்டார். சிறிதுநேரம் கூட அதன் பிறகு தாமதிக்காமல் அந்தக் கோட்டையை விட்டு வெளியே வந்தார்.

ஏனென்றால் கோட்டைக்கு சற்று தொலையில் பாதுகாப்பு வட்டத் துக்குள் மீனாவை விட்டு விட்டு அல்லவா அவர் வந்திருந்தார்!

அடுத்த நாள் மாலை நேரமாகியதும் மீனாவை அழைத்துக் கொண்டு ஹென்சிங் கிழக்குத் திசையில் பயணத்தை தொடங்கினார்.

அந்தப் பாதை செங்குத்துச் சரிவாக கீழ்நோக்கி இறங்கியதாலும் கம்பளிப் போர்வை மற்றும் தேவையான பொருட்களை சுமந்து

செல்ல வேண்டியிருந்ததாலும் மெல்ல நிதானமாகவே நடந்து சென்று கொண்டிருந்தனர்.

பின்புறம் திரும்பிப் பார்த்தபோது டிராகுலா கோட்டை தூரத்தில் தெரிந்தது. விசில் சத்தமும் சூறைக்காற்றும் பனிப்பொழிவு மாக இருந்ததால் அவர்கள் நடக்க ரொம்பவும் சிரமப்பட்டனர். இது போக தூரத்தில் ஓநாய் கூட்டத்தின் ஊளைச் சத்தம் வேறு.

ஓய்வெடுப்பதற்காக ஓரிடத்தைக் கண்டுபிடித்தனர். பாறைகளுக்கு இடுக்கில் குகைவாசல் போன்ற இடுங்கிய பகுதியை பார்த்துவிட்டு "மீனா இந்த இடம் நமக்கு பாதுகாப்பாக இருக்கும். ஓநாய்க் கூட்டமும் வந்தால்கூட நான் ஒற்றையாளாக சமாளிக்க முடியும்" என்று கூறினார் ஹென்சிங்.

சிறிது நேரத்துக்குப் பிறகு ஒரு தொலைநோக்கு கண்ணாடி வழியாக சுற்றுப்புறத்தை பார்த்துக் கொண்டிருந்த ஹென்சிங் திடுமென்று எதையோ கண்டுபிடித்ததைப் போல மீனாவை அழைத்துக் காண்பித்தார்.

அவர் காட்டிய திசையில் தூரத்தில் ஜிப்ஸிகளின் கூட்டம் மலையேறி அவர்களை நோக்கி வந்து கொண்டிருந்தது. ஜிப்ஸிகளுக்கு நடுவே சரக்குகளை ஏற்றிய வண்டி ஒன்றும் தென்பட்டது.

அந்த வண்டியில் ஒரு பெரிய மரப்பெட்டி இருப்பதைக் கண்டு அவளது இதயம் திடுக்கிட்டது. அந்தப் பெட்டிக்குள் அடைபட்டுக் கிடக்கும் ஆவி ஏதாவது கொடிய வடிவம் பூண்டு வெளியே வந்து தாக்கக் கூடும் என்று எச்சரிக்கை செய்தவற்காக ஹென்சிங் பக்கம் திரும்பினாள்.

ஆனால் அதற்குள் ஹென்சிங் பாறை சுற்றிலும் புனிதமான ரொட்டித் துண்டுகளைத் தூவி பெரிய வட்டம் வரைந்து கொண்டிருந்தார்.

"மீனா அவர்கள் குதிரையை படுவேகமாக விரட்டிக் கொண்டு வருகிறார்கள். சூரியன் மறைவதற்குள் டிராகுலா கோட்டைக்கு வந்தடைவதற்காகத்தான் இத்தனை அவசரப்படுகிறார்கள்" என்றார் ஹென்சிங்.

தொலைநோக்கியால் பார்த்தபடி “அந்த வண்டிக்கு பின்னால் இவர்களைத் தவிர இன்னும் வேறு யார் யார்களோ விரைவாகப் பின் தொடர்ந்து தெரிகிறது” என்றாள் மீனா.

“அது மாரீஸூம் டாக்டர் செர்வாண்டுமாக இருக்கலாம்” என்றார் ஹென்சிங் ‘ஆம் ஆம்’ என்று உறுதி செய்தாள் மீனா.

அது போலவே வடக்குத் திசையிலிருந்து மேலும் இருவர் வருவது தெரிந்தது. அது ஜோனாதனும் க்வின் செயும் தான்.

அவர்களும் முன்னால் வரும் வண்டியைப் பின் தொடர்ந்து விரட்டிக் கொண்டு வந்தனர். மீனா அத்தகவலை கூறியபோது ஹென்சிங் தனது துப்பாக்கியை தயாராக எடுத்து வைத்துக் கொண்டார்.

மீண்டும் டிராகுலா வேட்டைக்கு ஒன்று சேர்ந்து விட்டனர். திடும் மென அந்த ஜிப்ஸி கூட்டத்தினரை மூன்று புறங்களிலும் சுற்றி வளைத்துக் கொண்டனர்.

ஹென்சிங் தன்னுடைய துப்பாக்கியை உயரே தூக்கிப் பிடித்தபடி தாக்குதலுக்கு தயாரானார். சூரியன் மறைவதற்குள் திட்டமிட்டப் படி இந்த தாக்குதல் நடந்து முடிய வேண்டும். சூரியன் மறைந்து விட்டால் எல்லாமே தலைகீழாகிவிடும்.

மீனாவும் ஹென்சிங்கும் பெரிய பாறையின் மறைவில் ஒளிந்து கொண்டு துப்பாக்கியை சரி செய்து கொண்டு தயாராக இருந்தனர். அப்போது ஜிப்ஸிகளின் தலைவன் சாட்டையை சுழற்றி குதிரை களை விரைந்து செலுத்துவதற்கு முயற்சிசெய்த போது நான்கு பேர்களும் துப்பாக்கிகளை ஜிப்ஸிகளுக்கு நேராக நீட்டினர்.

அப்போது ஜிப்ஸிகளின் தலைவன் குதிரையிலிருந்து அவர்களுக்கு முன்பாக சட்டென குதித்தான். அவன் சூரியனையும் கோட்டையை யும் சுட்டிக்காட்டி அவர்களது மொழியில் ஏதேதோ கூறினான்.

அதே நொடியில் ஜோனாதனும் மாரிஸூம் க்வின் செயும் ஆவேசத் துடன் பெட்டியை நோக்கி பாய்ந்து ஓடினர்.

சட்டென அந்த ஜிப்ஸிகள் பெட்டிக்கு காவலாக சுற்றி நின்று கொண்டனர். சூரியன் மறைவதற்குள் தங்கள் லட்சியத்தை நிறை

வேற்றும் தீவிரத்துடன் ஜோனாதனும் க்வின்செயும் காவலிலிருந்து ஜிப்ஸியை தள்ளி ஒதுக்கி விட்டு முன்னால் பாய்ந்தனர்.

அந்த ஜிப்ஸிகளின் வாள்கள் தங்களை நோக்கி விரைவதை அவர்கள் பொருட்படுத்தியதாகத் தெரியவில்லை.

ஜிப்ஸிகளையும் அஸ்கானிகளையும் இருபுறங்களிலும் வெட்டி வீழ்த்திக் கொண்டு முன்னேறிய மாரீஸை சட்டென ஒரு அஸ்கானி கத்தியால் குத்தினான்.

தன்னுடைய இடக்கையால் வயிற்றின் இடப்புறத்தை அழுத்திப் பிடித்துக் கொண்டு அவர் தள்ளாடித் தள்ளாடி நடந்தார்.

அந்த நிலையிலும் அவர் ஜோனாதனுக்கு வழிவிட்டபடி வண்டியை நெருங்கினார். அந்த நிமிடத்துக்குள் ஜோனாதன் அந்தப் பெட்டியை வண்டியிலிருந்து கீழே தள்ளிவிட்டார்.

அதனைத் தொடர்ந்து கீழே குதித்த ஜோனாதன் தன்னுடைய குறுவாளால் அந்தப் பெட்டியின் தாழப்பாளை உடைத்து மூடியைத் திறக்க முயன்றார்.

தன்னுடை வயிற்றுப் பகுதியை இறுக்கிப் பிடித்துக் கொண்டே தள்ளாடியபடி அசாதாரண வெறியோடு வந்த மாரீஸ் தன்னுடைய வேட்டைக்கத்தியைக் கொடுத்து உதவினார்.

அந்தப் பெட்டியைத் திறந்த போது டிராகுலா பிரபுவின் கோர வடிவத்தை அவர்களால் பார்க்க முடிந்தது. ஜோனாதன் பெட்டியை கீழே தள்ளியதால் ஈரமண் அந்த உடம்பில் ஒட்டியிருந்தது.

அந்தப் பிசாசின் கோரமுகம் மிகவும் வெளுத்துப் போயிருந்தது. அந்தக் கண்களில் ஒரு ஜொலிஜொலிப்பும் முகத்தில் ஒரு பழி தீர்க்கும் வெறியும் இருந்தது.

சூரியன் மலையுச்சிகளுக்குப் பின்னால் அச்சமயம் மறையத் தொடங்கிய அந்த நேரத்தில் அந்த பிசாசு முகத்தில் லேசாக மகிழ்ச்சி பரவியது. ஆனால் சடேரென அந்த விநாடியில் ஜோனாதனின் கையி லிருந்த கூர்மையான கத்தி அந்த பயங்கர பிசாசின் தொண்டைக்குள் கூர்மையாக ஆழமாக இறங்கி விட்டது.

அந்த ரத்தக் காட்டேரியின் கழுத்தை அறுத்துக் கொண்டு கத்தி ஊடுருவுவதைப் பார்த்து மீனா அலறினாள். அச்சமயம் க்வின்செயின் தன்னுடைய வேட்டைக்கத்தியால் அந்த டிராகுலா பிரபுவின் இதயத்துக்குள் கைப்பிடிவரை பதியும்படி ஆழமாக ஓங்கிக் குத்தினார்.

எட்டுத்திசையும் அலறியது அப்போது ஓநாய்களின் ஓலமும் அதில் அடங்கின.

அந்த பயங்கரமான ரத்தக்காட்டேரியின் வடிவம் ஒரு விநாடி நேரத்துக்குள் பனித்துளிகளாக மாறி விரைவிலேயே மறைந்து போனது.

☠